एका राज्यात राजाज्ञेनुसार दवंडी पिटवली, सगळी जुनी घरं पाडून नवीन पद्धतीनं त्यांची बांधणी करण्यात येईल.

त्यानुसार सगळी घरं पाडण्यात आली. लोकांनी राजाला विचारलं, 'आमची जुनी घरं तर जमीनदोस्त झाली, पण नवीन घरं कुठं आहेत?' उत्तरादाखल राजा म्हणाला, 'इथे जो भला मोठा आरसा ठेवलाय, त्यामध्ये प्रत्येकाने जाऊन पाहिलं तर तुम्हाला तुमचा पत्ता मिळेल. ज्याला जे ठिकाण दिसेल, त्यानं तिथं जाऊन राहावं.'

लोकांनी आरशात डोकावलं. काही लोकांना त्यांचा पत्ता मिळू शकला नाही, तर काहींना त्यांचं ठिकाण गवसलं. ज्यांना तो सापडला नाही ते वाळवंटात गेले, तर ज्यांना मिळाला ते तेजस्थानात पोहोचले.

प्रस्तुत पुस्तकाच्या वाचनानंतर

अनेक वर्षांपासून मी 'स्वतःचा शोध' किंवा 'स्वचौकशी'चा अभ्यास करत होतो. यादरम्यान प्रस्तुत पुस्तक मला मिळाले. हे पुस्तक वाचल्यानंतर अभ्यासात मी कुठे चुकतोय आणि कोणत्या त्रुटी (Missing Links) आहेत हे मला उमगलं. खरंतर केवळ तोच 'स्वतःचा शोध' (Self Inquiry) घेण्याचा मार्ग दाखवू शकतो किंवा शिकवू शकतो, जो स्वानुभवात स्थापित (Stabillzed) झालेला आहे.

– डॉ. मकरंद पराजंपे, सर्जन, पुणे.

'स्वतःचा शोध' घेण्यात समज (Understanding) ही निखळलेली कडी (Missing Link) आहे. ईश्वराविषयी जाणण्यापेक्षाही ईश्वराचा अनुभव जाणणे हे जास्त महत्त्वपूर्ण असून, ती अनुभूती कशी असेल, याविषयी सरश्रींनी या पुस्तकातून अतिशय सहज आणि सरळ पद्धतीने ते समजावण्याचा प्रयत्न केला आहे.

– सुरेश माथूर, डायरेक्टर– सुमित मिक्सर, मुंबई.

अनेकांनी 'सत्या'बाबत सांगितले आणि लिखाण केले आहे; परंतु 'सत्य' बोलणारे आणि लिहिणारे फार कमी आहेत. ज्यांनी 'सत्या'चा अनुभव घेतलाय किंवा जे 'सत्या'मध्ये स्थापित (Stabillzed) झाले आहेत, केवळ त्यांनाच हे शक्य आहे. प्रस्तुत पुस्तक सरश्रींद्वारे आपल्याकरिता दिलेले एक 'प्रेम वरदान' आहे, ज्यायोगे आपली जीवनरूपी यात्रा निश्चितच सहज आणि सरळ होऊ शकते. मी तर याबाबत केवळ एवढेच म्हणू शकतो, की ही आपल्यावर झालेली मोठी 'कृपा' आहे.

– आनंद तळवलकर, व्हाईस प्रेसिडेंट, फायनान्स ॲण्ड अकाऊंटस्,
के. रहेजा कॉर्पोरेशन, मुंबई.

जेव्हा 'मी कोण आहे?' याविषयी वाचलं, तेव्हा अज्ञानवश माझा संबंध नेहमी 'खोट्या मी'शी (Illusory I) जुळलेला आढळला. प्रस्तुत पुस्तकाने तर माझे डोळेच उघडले. 'खोट्या मी'चा भ्रम (Illusion) या पुस्तकाने तुटला. प्रस्तुत पुस्तक सत्याच्या शोधात असलेल्या कोणत्याही सत्याशोधकाचे भ्रम तोडून त्याच्यासाठी नवा दृष्टिकोन उपलब्ध करून देणारे आहे. प्रस्तुत पुस्तक या यात्रेत 'स्वतःचा शोध' पूर्ण परिवर्तनाचा दावा (Radical Shifiting) करते.

– अनुप वाधवा, कॉर्पोरेट रिइंजिनिअरिंग कन्सलटंट, नवी दिल्ली.

ईश्वर कोण मी कोण

Who Am I Now

आत्मसाक्षात्काराचा मार्ग

ईश्वर कोण मी कोण – आत्मसाक्षात्काराचा मार्ग

© Tejgyan Global Foundation

All Rights Reserved 2014.
Tejgyan Global Foundation is a charitable organization having its headquarters in Pune, India.

सर्वाधिकार सुरक्षित.

'वॉव पब्लिशिंग्ज् प्रा. लि.'द्वारे प्रकाशित हे पुस्तक अशा अटीवर विकण्यात येत आहे, की प्रकाशकाच्या लेखी पूर्वअनुमतीविना ते व्यापाराच्या दृष्टीने अथवा अन्य प्रकारे उसने, भाड्याने अथवा विकत अन्य कोणत्याही प्रकारच्या बांधणीत अथवा अन्य मुखपृष्ठासह देता येणार नाही, तसेच अशाच प्रकारच्या अटी नंतरच्या ग्राहकावर बंधनकारक न करता आणि वर उल्लेखिलेल्या कॉपीराइटपुरत्या मर्यादित न ठेवता या पुस्तकाच्या कोणत्याही स्वरूपाच्या विनिमयास, तसेच कॉपीराइटधारक व वर उल्लेखिलेले प्रकाशक दोघांच्याही लेखी पूर्वअनुमतीविना इलेक्ट्रॉनिक, मेकॅनिकल, फोटोकॉपी, रेकॉर्डिंग इत्यादी प्रकारे या पुस्तकाचा कोणताही अंश पुनःप्रस्तुत करण्यास, जवळ बाळगण्यास अथवा सुधारित स्वरूपात प्रस्तुत करण्यास मनाई आहे.

ISBN : 9788184154047

प्रकाशक   :   वॉव पब्लिशिंग्ज् प्रा. लि., पुणे.

प्रथम आवृत्ती   :   डिसेंबर २०१५.

पुनर्मुद्रण   :   जुलै २०१८

(सदर पुस्तकाची तेजज्ञान ग्लोबल फाउंडेशनद्वारे प्रथम आवृत्ती प्रकाशित झाली आहे.)

'ईश्वर ही है तुम कौन हो यह पता करो, पक्का करो' या मूळ हिंदी पुस्तकाचा मराठी अनुवाद.

Ishwar kon Mi kon - Atmsakshatkaracha Marg
By **Sirshree** Tejparkhi.

सत्संगात शुभेच्छेचं बळ प्राप्त करून
'स्व'चौकशी करणाऱ्या आणि
पलायनवादी न बनता स्वतःचा
शोध घेणाऱ्या सर्व साधकांना
हे पुस्तक समर्पित.

पुस्तक वाचण्यापूर्वी हे वाचा

१. या पुस्तकात प्रश्नोत्तरांच्या माध्यमातून 'स्व-शोधा'ची पद्धत समजावून सांगितली आहे. अध्यात्मात विकसित साधकांना दिलेल्या प्रवचनांतून या प्रश्नोत्तरांची निर्मिती झाली आहे. ही उत्तरं प्रत्येक अध्यायानुसार अधिकाधिक गहन होत गेली आहेत.

२. पुस्तकाच्या पहिल्या खंडात आपण, 'मशहूर मंत्र' जाणून घेणार आहोत. दुसऱ्या खंडात 'ईश्वर कोण?', तर तिसऱ्या खंडात 'मी कोण नाही?' हे आपल्याला समजणार आहे. चौथ्या खंडामध्ये, 'मनोशरीर यंत्र कोण?' तर पाचव्या खंडात 'मी कोण?' यासंबंधी माहिती मिळेल. शेवटच्या, सहाव्या खंडात 'गुमनाम मंत्र' आपण जाणून घ्याल.

३. तुमच्या मनात ईश्वराविषयी काही प्रश्न किंवा शंका असतील, तर दुसरा खंड सर्वप्रथम वाचा.

४. तुम्हाला जर थेट स्वतःला जाणून घ्यायचं असेल, तर पुस्तकाच्या तिसऱ्या खंडापासून वाचायला सुरुवात करा आणि सगळ्यात शेवटी पहिला खंड वाचा.

५. हे पुस्तक वाचताना, स्वचौकशीचा मार्ग विश्वासासह समजून घ्या. त्यामुळे ज्या उद्देशानं आपण पुस्तक वाचत आहात, तो सफल होईल.

६. आपल्याला जेव्हा वेळ मिळेल तेव्हा, 'मी कोण आहे?' हे ध्यान करत राहा. यामुळे तुम्ही स्वतःच्या अस्सल अस्तित्वापर्यंत लवकरात लवकर पोहोचाल. हे ध्यान, केवळ कर्मकांड म्हणून नाही, तर संपूर्ण समजेसह करा.

अनुक्रमणिका

दोन शब्द	सर्वश्रेष्ठ अनुभव	९
खंड १	मशहूर मंत्र	१३
अध्याय १	स्वदर्शन आहाSSS प्रारंभ	१५
अध्याय २	मशहूर मंत्र सावली जिवंत होऊ शकते	१९
खंड २	ईश्वर कोण	२३
अध्याय ३	ईश्वर कोण – २२ प्रश्न ईश्वराचा शोध समजेसह	२५
अध्याय ४	ईश्वर आणि आनंद कसा मिळवाल अस्सल आनंद मिळवण्याचा मार्ग	४६
खंड ३	मी कोण नाही	५३
अध्याय ५	मी कोण नाही योग्य मार्ग	५५
खंड ४	मनोशरीर यंत्र कोण	७३
अध्याय ६	मनोशरीर यंत्र कोण मनोशरीर यंत्राची प्रामाणिकपणे विचारपूस	७५

खंड ५	**मी कोण**		८९
अध्याय ७	**मी कोण** समजेसह स्व-चौकशी		९१
अध्याय ८	**आता मी कोण आहे** Who Am I Now - WAIN		१००
अध्याय ९	**स्वयंदर्शनासंबंधी मार्गदर्शन** शंका, निरसन आणि संकेत		१११
खंड ६	**गुमनाम मंत्र**		१२३
अध्याय १०	**भस्मासुराची कहाणी** सारांश		१२५
अध्याय ११	**शरीराची प्रयोगशाळा** एक प्रयोग		१२८
अध्याय १२	**गुमनाम मंत्र** सर्वांत ईश्वर पाहण्याची कला		१३०
परिशिष्ट	तेजज्ञान फाउंडेशन व पुस्तकांची माहिती		१३३–१४४

सर्वश्रेष्ठ अनुभव

दोन शब्द

प्रिय वाचक,

१९९७ मध्ये एक लेखक म्हणाला होता, 'एखाद्या माणसाला जेव्हा तुम्ही पुस्तक देता, तेव्हा केवळ कागद आणि शाईच्या संयोगातून साकारलेली वस्तू देत नाही, तर नवीन आयुष्य प्रदान करता.' परंतु हे पुस्तक मात्र आपल्याला जीवन नव्हे, तर मृत्यू बहाल करतंय – मनाचा मृत्यू. मनाचा मृत्यू हा अध्यात्मातील सगळ्या अनुभवांमधील सर्वश्रेष्ठ अनुभव आहे.

'स्व-चौकशीचा' मार्ग पुन्हा प्रचलित होऊ लागला आहे. स्वतःला जाणण्याचा हा एक प्राचीन मार्ग असून, जो काळासोबत स्मृतीआड होत गेला. मात्र आत्मसाक्षात्कार प्राप्त केलेल्या गुरू वसिष्ठ, आद्य शंकराचार्य यांसारख्या संतांनी या मार्गाचं पुनरूत्थान केलं.

या शतकात 'स्व-चौकशी'च्या मार्गाचं परमहंस रमणमहर्षींद्वारा पुनरूज्जीवन केलं गेलं. त्यानंतर असंख्य लोकांनी हा मार्ग अनुसरला. काहींनी हा मार्ग निवडला खरा, परंतु आकलनाअभावी ते याचा पूर्ण लाभ घेऊ शकले नाहीत. सरश्रींनी प्रस्तुत पुस्तकातून 'स्व-शोधाचा' मार्ग सविस्तर सांगितला आहे. त्याचबरोबर या विषयावर सोप्या पद्धतीनं मार्गदर्शनही केलं आहे.

सरश्री समज प्रदान करतानाच आणखी एक महत्त्वपूर्ण गोष्ट शिकवतात, ती म्हणजे 'स्वतःची चौकशी समजेसह' करण्याची. हा शोध घेण्यापूर्वी एक महत्त्वपूर्ण पाऊल उचलणं गरजेचं आहे आणि ते म्हणजे 'मनोशरीर यंत्राची (स्वतःच्या शरीराची) विचारपूस प्रामाणिकपणे करणं' हे या पुस्तकाचं वैशिष्ट्य आहे. यामुळे मनुष्य स्वतःशी अधिकाधिक प्रामाणिक बनतो व स्वचौकशीसाठी योग्य प्रकारे तयार होतो.

सरश्रींनी सत्याकडे जाणाऱ्या विविध मार्गांविषयी विस्तृतपणे सांगितलं आहे. त्यातील एक म्हणजे, 'स्व-चौकशी समजेसह' करण्याचा मार्ग. त्याविषयी सरश्रींनी दिलेल्या मार्गदर्शनावर प्रकाश टाकण्याचं काम हे पुस्तक करतं. या पुस्तकात स्व-चौकशीचे मार्ग तसंच ईश्वराविषयी विचारलेले प्रश्न आणि सरश्रींनी त्यासंबंधी दिलेल्या उत्तरांचं संकलनही आहे.

पुस्तकाचे सहा भाग वाचल्यानंतर साधकामध्ये सत्य जाणण्याची तृष्णा जागृत झाली, तर त्याला त्याच्या प्रयत्नांचं फळ अवश्य मिळेल.

माणूस जसजसा स्वतःशी प्रामाणिक बनत जातो, तसतशी मनाच्या पकडीत कधीही न येणारी रहस्यं त्याला उलगडू लागतात. हाच प्रामाणिकपणा जेव्हा स्व-चौकशीच्या मार्गावर मनुष्यासोबत जुडतो, तेव्हा तो भवसागरातून तरतो, मायेपासून मुक्ती मिळवतो. या अवस्थेचं वर्णन कुणी आत्मसाक्षात्कार म्हणून केलंय, तर कुणी त्याला मोक्ष, निर्वाण, मुक्ती, समाधी, कैवल्य असंही म्हटलंय. ही नानाविध नावं एकाच अवस्थेची आहेत आणि ही अवस्था म्हणजे 'स्व-अस्तित्व', 'स्वतःचं असणं.' या अनुभवाला वेगवेगळी नावं दिली आहेत. जसं, 'I amness', 'being', 'sense of presence', 'स्वसाक्षी', 'चैतन्य', 'स्वअस्तित्वाची जाणीव', 'तेजम्' इत्यादी. आपल्याला स्व-अनुभवाच्या अवस्थेत स्थिर राहण्याची इच्छा असेल, तर याचाच अर्थ, आपण सत्याची तृष्णा असणारे सत्यशोधक आहात.

साधक जेव्हा संकल्प आणि संयमाच्या हातात हात घालून स्वतःचा शोध घेतो, तेव्हा तो कुठेही न थांबता, निरंतरपणे हे काम करत राहतो. यानंतर चमकतो तो चैतन्याचा प्रकाश! स्व-चौकशीची ही पद्धत शिकल्यानंतर सत्यतृष्णेसाठी साधक हा प्रयोग सातत्यानं करत राहिल्यास त्याचं फळ त्याला नक्कीच मिळतं. या

वाटचालीत गुरूंची आवश्यकता तर आहेच, परंतु जोपर्यंत गुरूप्राप्ती होत नाही, गुरूंवर श्रद्धा, विश्वास जागृत होत नाही, तोपर्यंत हे पुस्तक आपल्याला साहाय्यक ठरेल.

या पुस्तकात, सरश्रींच्या शिष्यांनी प्रसंगानुरूप विचारलेल्या प्रश्नांचा समावेश करण्यात आला असून संबंधित विषयाची जटिलता कमी करण्यासाठी आणि अध्यात्मातील निखळलेल्या कड्या पुन्हा एकदा जोडण्यासाठी प्रस्तुत पुस्तक साहाय्यक ठरणार आहे. या पुस्तकात 'स्व-चौकशी समजेसह' आणि 'मनोशरीर यंत्राची विचारपूस प्रामाणिकपणे' असे दोन मुख्य भाग करून, अध्यात्माविषयीचा सगळ्यांत मोठा गुंता दूर केला आहे; अन्यथा 'स्व-चौकशी' आणि 'मनोशरीर यंत्राची विचारपूस' या दोन बाबी एकच समजून कित्येक लोक या मार्गावर भरकटतात. सिद्धींद्वारा मिळणाऱ्या शारीरिक अनुभवांमध्ये अडकून स्वानुभवापासून वंचित राहतात.

मात्र आपल्याबाबतीत असं घडू नये, यासाठी 'मी कोण आहे?' या संबंधित सगळ्या प्रश्नांची उत्तरं एकत्रितपणे प्रस्तुत पुस्तकात सादर केली आहेत. यामुळे अध्यात्मिक जगतात जी क्रांती घडलीय, जो चमत्कार झालाय, तो आपण या पुस्तकाच्या वाचनातून स्वतः अनुभवू शकाल. यासाठी आपल्या मनाला शुभेच्छा आणि अभिनंदन! आपल्या मनाला या पुस्तकाची नितांत आवश्यकता आहे. कारण हे वाचल्यानंतर आपल्या मनाचा अंत होण्याची शक्यताही नाकारता येत नाही आणि तोच असतो 'महा मृत्यू'...

... कृष्णा अय्यर

'स्व'चौकशीच्या मार्गावर

आपलं शरीर केवळ आरसा आहे, याचं ज्ञान होतं.

मग एकही क्षण असा नसतो,

ज्यात आपण स्वानुभवात नसतो.

यात सतत आपल्याला स्वदर्शन घडतं.

पण कोणी म्हणत असेल, आम्हाला स्वानुभव का होत नाही?

तेव्हा त्यात सांगितलं जाईल, अद्याप तुमची सत्याविषयीची

समज प्रगल्भ झालेली नाही, हीच निखळलेली कडी आहे.'

ही समज वृद्धिंगत होताच

आपण आपल्या हृदयावर (तेजस्थानावर) पोहोचू शकता.

खंड १

मशहूर मंत्र

अध्याय १

स्वदर्शन आहाSSS

प्रारंभ

स्वानुभव प्राप्त करून ईश्वरीय गुणांची अभिव्यक्ती करणं, हे प्रत्येकाच्या जीवनाचं कुल-मूल लक्ष्य आहे; परंतु अनुभव (सेल्फ) कोणत्या ना कोणत्या गोष्टीशी आसक्त होऊन स्वतःला तेच समजून जगू लागतो. जसं, आज मोबाइल फोनचा शोध लागल्यानंतर माणसाला तो नेहमीच स्वतःबरोबर हवा असतो. तसं पाहिल्यास आज सगळ्यांकडेच मोबाइल आहे. त्यामुळे कोणीही मोबाइलशिवाय राहू इच्छित नाही. मोबाइल हातात घेताच माणसाच्या चेहऱ्यावर एक वेगळाच आत्मविश्वास झळकतो. अनुभवासमवेत अगदी असंच घडतं. शरीराशी जोडल्यामुळे अनुभव मर्यादित असला तरी तो आत्मविश्वासयुक्त असतो. अशा प्रकारे या सर्व बाह्य गोष्टी आधार तर बनतात; परंतु सत्यापासून, स्वतःपासून माणसाला दूर घेऊन जातात.

अशाच प्रकारे अंतर्मन, 'मी हिंदू आहे... मी मुसलमान आहे... मी भाऊ आहे... बहीण आहे...' यांसारख्या चुकीच्या धारणा म्हणजेच मान्यतांबरोबर आसक्त राहण्याची इच्छा बाळगतं. तुम्ही लक्षपूर्वक पाहिल्यास तुम्हाला समजेल, माणसाला सकाळपासून

रात्रीपर्यंत अचेतन रूपात म्हणजेच जागृती नसलेल्या अवस्थेत कोणत्या ना कोणत्या मान्यतेसोबत चिकटण्याची इच्छा असतेच; परंतु असं काही घडतंय हे त्याच्या गावीही नसतं, ही आहे यातील मजेची गोष्ट. पण आता आपल्याला हळूहळू प्रत्येक गोष्टीबरोबर असणारी आसक्ती दूर करण्याचा अभ्यास करायचा आहे. नेहमी आपल्या स्व-अस्तित्वाच्या जाणीवेसह जगायचं आहे.

ही जाणीव तर सातत्याने सुरू आहेच, परंतु आपण दिवसभर वेगवेगळ्या घटनांमध्ये इतकं गुंतून पडतो, की त्या जाणीवेला अनुभवूच शकत नाही. आयुष्यातील प्रत्येक घटना, मग ती सकारात्मक असो अथवा नकारात्मक; प्रत्येकवेळी ती संकेत करते, जे घडतंय ते कोणाबरोबर घडत आहे? तुमच्याबरोबर, की तुमच्यासाठी? अशा घटनांमध्येही आपण स्व-अस्तित्वावर, स्वानुभवावर जाण्यास शिका. या जाणीवेला आपण 'आहा'देखील म्हणू शकता.

AHA

A (अपने) आपल्या

H (होने का) अस्तित्वाची

A (एहसास) जाणीव

एखाद्या प्रयोगात प्रयत्नांची पराकाष्ठा करूनही वैज्ञानिकांना यश मिळत नसेल, तर ते शोधाच्या आणखी खोलात जातात. मग एक वेळ अशी येते, जेव्हा त्यांना अचानकच असा धागा गवसतो, ज्यातून शोधाचं गुपित हातात येतं. त्यानंतर त्यांच्या तोंडून आपसूकच निघतं, आहाऽ... तेव्हा ते म्हणतात, 'अरे, यासाठीच तर हा अट्टाहास केला होता... हाच तर तो बिंदू आहे, ज्याच्यासाठी इतका शोध घेत होतो.' या आहाऽलाच युरेका इफेक्ट असंही म्हणतात. प्रस्तुत पुस्तक वाचताना आपल्याला या 'आहा'ची जाणीव होणार आहे. आवश्यकता आहे ती केवळ थोड्या मार्गदर्शनाची.

या पुस्तकाच्या माध्यमातून तुम्हाला हे मार्गदर्शन मिळणार असून, स्वतःला जाणून घेण्यासाठी 'मी कोण आहे?' हा प्रश्न स्वतःलाच विचारायचा आहे. याला स्व-चौकशीचा मार्ग म्हणतात.

या मार्गावरून चालताना समजतं, की आपलं शरीर म्हणजे केवळ आपला आरसा आहे. असा आरसा, ज्यामध्ये 'स्व'दर्शन घडतंय आणि तेदेखील निरंतरतेनं! एक क्षणदेखील असा नसतो, जेव्हा तुम्हाला स्वानुभव होत नाही. परंतु कोणी म्हणेल,

'आम्हाला तर स्वानुभव घडतच नाही.' तर त्याला हे उत्तर आहे, तुम्हाला घडत नाही, कारण तुमच्यामध्ये सत्याची समज प्रगल्भ होणं बाकी आहे आणि खरंतर हाच तो निखळलेला दुवा आहे. समज प्रगल्भ होताच आपण आपल्या हृदयावर (तेजस्थानावर) पोहोचाल. परंतु वारंवार विस्मरण होऊन तुम्ही बुद्धीच्या आधारे निर्णय घेऊ लागलात, तर तुम्हाला पुन्हा हृदयावर म्हणजेच तेजस्थानावर जा, असं सांगण्यात येईल. तुम्हाला सातत्यानं आठवण करून देण्यात येईल, की 'मी कोण आहे, असं विचारून हृदयावर जा... निर्णय घेण्यापूर्वी तेजस्थानावर जा...' तिथे, अनुभव घेतल्यानंतर, तुमच्या खऱ्या अस्तित्वाचं स्मरण तुम्हाला होईल. त्यानंतर जो काही निर्णय घेतला जाईल, तो योग्यच असेल. हळूहळू आपल्याला अशा पद्धतीनं निर्णय घेण्याची सवय होईल. त्यानंतर प्रत्येक अडचणीवर उपाय शोधताना, प्रत्येक निर्णय घेताना, 'मी जो आहे, तो बनूनच निर्णय घेईन' अशीच तुमची इच्छा असेल. मग तुम्ही परीक्षा हॉलमध्ये, घरी, ऑफिस अथवा दुकानात असलात तरीही...

एकदा एका राज्यात राजाज्ञेनुसार सगळी जुनी घरं पाडून नवीन पद्धतीनं त्यांची बांधणी करण्यात येईल अशी दवंडी पिटवली. त्यानुसार सगळी घरं पाडण्यात आली. लोकांनी राजाला विचारलं, 'आमची जुनी घरं तर जमीनदोस्त झाली, पण नवीन घरं कुठं आहेत?' उत्तरादाखल राजा म्हणाला, 'इथे जो भला मोठा आरसा ठेवलाय, त्यामध्ये प्रत्येकानं जाऊन पाहिलं, तर तुम्हाला तुमचा पत्ता मिळेल. मग ज्याला जे ठिकाण दिसेल, त्याने तिथं जाऊन राहावं.' लोकांनी आरशात डोकावलं. काही लोकांना त्यांचा पत्ता मिळू शकला नाही, तर काहींना मात्र त्यांचं ठिकाण सापडलं. पण ज्यांना तो मिळाला नाही, ते वाळवंटात पोहोचले आणि ज्यांना मिळाला, ते पोहोचले तेजस्थानात.

आरसा तिथेच होता. तरीही काही लोक वाळवंटात पोहोचले, तर काही तेजस्थानावर. काय असेल याचं कारण? काही लोकांनी स्वतःला महालात असल्याचं कसं बघितलं? ते राजा का बनले? याचं एकमेव उत्तर म्हणजे, त्यांनी स्वतःला आरशात योग्य प्रकारे पाहिलं. यासाठी योग्य पद्धतीने स्वदर्शन होणं अत्यंत महत्त्वाचं आहे. मग आता प्रश्न असा उद्भवतो, योग्य दर्शन कसं व्हावं? स्वदर्शन कसं घडावं? याचं उत्तर आहे, जेव्हा तुम्ही द्रष्टा, दृश्य, दर्शन या तीनही गोष्टींकडे एकत्रितपणे, पण अलिप्त होऊन पाहता तेव्हा अचूक दर्शन होतं, स्वदर्शन घडतं. स्वदर्शनाची हीच कला तुम्हाला प्रस्तुत पुस्तकाच्या माध्यमातून शिकायची आहे. चला तर मग, एकत्रितपणे आपल्या असण्याच्या जाणीवेला – 'आहा'ला समजून घेऊन मुक्तीचा आनंद घेऊ या.

...सरश्री

अध्याय
२

मशहूर मंत्र

सावली जिवंत होऊ शकते

काय तुम्ही कुठेही एकटेच असता? नाही.
कारण तुमच्या आतून जो बोलत राहतो,
तो तर नेहमी तुमच्यासोबत सावलीसारखा राहतो.

एके काळी उच्चतम विकसित समाजात काही लोक राहत असत. तिथे 'हवन-होम' नावाचा एक छोटासा मोहल्ला होता. तेथील रहिवासी सत्य-अभिव्यक्तीत आपलं आयुष्य व्यतीत करत होते. याचं कारण, 'ईश्वरच आहे, तुम्ही आहात की नाही हे निश्चित करा, शोध घ्या' या वाक्याचं रहस्य त्यांनी जाणलं होतं. ते सगळे हवन-होममध्ये प्रेमानं राहत होते. तिथे राहणाऱ्या राम नावाच्या मुलाला एके दिवशी विचार आला, 'माझी सावली जिवंत होऊ शकते का?' आणि या प्रश्नासरशी त्याच्या अंतरंगात खळबळ माजली. दिवसरात्र याच विचारानं त्याला घेरलं. सातत्यानं ठाण मांडून बसलेला हा विचार त्याला अत्यंत रोमांचक वाटू लागला. आता त्याला आपल्या प्रश्नाचं उत्तर हवं होतं. रामनं आपल्या आई-वडिलांना विचारलं, 'माझी सावली जिवंत होऊ शकते का? मला तिच्याबरोबर खेळायचंय. तिची कायमस्वरूपी

साथ हवीय मला.' मुलाचा हा अजब प्रश्न ऐकून आई-वडिल चिंतित झाले आणि त्याला डॉक्टरांकडे घेऊन गेले.

मुलाच्या या आगळ्यावेगळ्या कुतूहलाचं डॉक्टरांना आश्चर्य वाटलं. अशी जिज्ञासा असणारे रुग्ण तुरळकच असतात, हे डॉक्टरांना माहिती होतं. परंतु त्यांचा इलाज करणं हे डॉक्टरच्या हातात नव्हतं. म्हणून त्यांनी सांगितलं, 'आपल्या सावलीला जिवंत करण्याची इच्छा बाळगणारा रुग्ण इतक्या वर्षांत माझ्याकडे आलाच नव्हता. याच्यावर इथे उपचार होणं शक्य नाही. त्यासाठी त्याला महानगरामध्ये जावं लागेल.'

आपला मुलगा लवकरात लवकर बरा व्हावा, म्हणून रामच्या आई-वडिलांनी त्याला ताबडतोब महानगरात पाठवलं. तिथं पोहोचल्यावर मुलानं चौकशीला सुरुवात केली. 'ही माझी सावली आहे. मला ती जिवंत करायचीय. त्यासाठी मला काय करावं लागेल?' ऐकणाऱ्यांनी सांगितलं, 'ही काही फार मोठी गोष्ट नाहीये... तू अयोगी आश्रमात जा. तिथं तुला तुझ्या प्रश्नाचं उत्तर मिळेल.' हे ऐकून मुलगा खूप खूश झाला आणि अयोगी आश्रमात पोहोचला. तिथं एक महाराज होते. रामनं त्यांना आपला प्रश्न विचारला. त्यावर त्यांनी त्या मुलाला एक मंत्र दिला आणि सांगितलं, 'हा मशहूर मंत्र आहे. तुला जे हवंय, ते मिळवण्यासाठी तू या मंत्राचा उपयोग कर.'

त्या महानगराचं एक वैशिष्ट्य होतं. तेथील सगळेच लोक या मशहूर मंत्राचा उपयोग करत. कोणतीही समस्या येताच ते या मंत्राचं उच्चारण तसंच स्मरण करत असत.

महाराजांच्या सांगण्यानुसार, तो मुलगा दररोज आपल्या सावलीकडे पाहून मशहूर मंत्र वारंवार म्हणू लागला. सातत्यानं मंत्र म्हटल्याने त्याला कधीकधी कंटाळा यायचा, तर कधी तो दमायचाही. मग दुसऱ्या दिवशी तो पुन्हा महाराजांशी यासंबंधी बोलला. त्यावर महाराजांनी त्याला त्या मंत्राचा जप करण्याची एक नवीन पद्धत सांगितली. ते म्हणाले, 'तुला दररोज कमीतकमी चार हजार वेळा याचा जप करावा लागेल. जेव्हा ८४ लाख वेळा तू या मंत्राचा जप करशील, तेव्हा तुझी सावली जिवंत होईल.'

महाराजांचं म्हणणं ऐकून त्यानं पुन्हा एकदा दिवसरात्र मशहूर मंत्र

जपायला प्रारंभ केला. चौऱ्यांशी लक्ष वेळा मंत्र पूर्ण होताच रामची सावली आपोआपच जिवंत झाली. मशहूर मंत्रानं आपलं काम केलं होतं. त्यानंतर तो मुलगा आपल्या सावलीसह तिथंच आरामात राहू लागला. शिवाय आपल्या सावलीबरोबर खेळताना तो खूशही राहू लागला. मग हवन-होममध्ये तो पुन्हा कधीही गेला नाही.

पण कहाणी इथंच पूर्ण होत नाही. वरील कहाणीत वाचकांसाठी काही संकेत दडलेले आहेत. ते अगोदर जाणून घेऊ या. मशहूर मंत्र म्हणजे काय? काय आहे हवन होम? आणि महानगर आहे तरी कुठं?

या कहाणीच्या माध्यमातून हा इशारा केलाय, की तो मुलगा आधी जिथं राहत होता, तिथं तो आपल्या अनुभवात (होम = घर) होता आणि खूशही होता, परंतु आपलीच सावली पाहून ती जिवंत करण्याची इच्छा त्याच्यात जागृत झाली. त्यामुळे त्याला उच्चतम विकसित समाजाच्या बाहेर, महानगरात पाठवलं गेलं. एखाद्याला संसर्गजन्य आजार झाला तर त्या रुग्णाला इतर लोकांपासून दूर ठेवलं जातं. त्या मुलाच्या बाबतीतही असंच काहीसं घडलं. त्यामुळे त्याला डॉक्टरांच्या सल्ल्यानुसार महानगरात पाठवलं गेलं. जसं, अ‍ॅडम-ईव यांना स्वर्गातून काढून पृथ्वीवर पाठवलं गेलं होतं.

सावलीला जिवंत करण्याचा विचार येणं म्हणजे सांसर्गिक आजार आणि त्याचा संसर्ग इतरांना होऊ नये, म्हणून आजारी माणसाला दूर पाठवणं आवश्यक होतं. कारण ज्या माणसाला स्वतःच्या सावलीला जिवंत करण्याची इच्छा असते, तो इतरांनादेखील हा विचार देऊ शकतो. उच्चतम विकसित समाजात अशी माणसं राहू नयेत, यासाठी त्यांना महानगरात जायला सांगितलं जातं. कारण ज्यांच्या शरीराची सावली जिवंत झालीय, असे कित्येक लोक महानगरात होते. तिथे सगळ्या लोकांनी मशहूर मंत्राच्या साहाय्यानं आपापली सावली जिवंत केली होती.

मशहूर मंत्र

महानगरातील अयोगी आश्रमात अडीच ते तीन वर्षांची बाळंदेखील मशहूर मंत्राची दीक्षा घेण्यासाठी येत. ही कहाणी कदाचित तुम्हाला थोडीशी गुंतागुंतीची वाटेल. परंतु मशहूर मंत्राचा वास्तविक अर्थ समजून घेतल्यानंतर सगळं काही स्पष्टपणे आपल्या लक्षात येईल. मशहूर मंत्रामध्ये एकूण चार अक्षरं आहेत. म, श, हू, र. हे विस्ताराने समजून घेतलं तर मंत्र बनतो, **'मैं शरीर हूँ राम'** (**मी शरीर आहे राम**) किंवा **'मैं शरीर हूँ रहमान'** (**मी शरीर आहे रहमान**). शरीराचं असलेलं नाव.

तो मुलगा कशाचा पुनरूच्चार करत होता हे आता तुमच्या लक्षात आलं असेल. मशहूर मंत्र कोणता होता? सावलीला पाहून मुलगा काय म्हणाला? त्यानं चौऱ्यांशी लक्ष वेळा कोणतं वाक्य म्हटलं? प्रत्यक्षात तो, 'मी शरीर आहे राम... मी शरीर आहे राम...' याचाच पुनरूच्चार करत राहिला. 'मी शरीर आहे' हे वारंवार म्हटल्यामुळं त्याची सावली जिवंत झाली.

ही कहाणी राम नावाच्या इतर कोणत्याही माणसाची नसून तुमची स्वतःचीच आहे. लहान मुलं अनुभवात म्हणजेच हवन होममध्ये राहतात. ती जेव्हा दोन-अडीच वर्षांची होतात, तेव्हा त्यांना मशहूर मंत्र मिळतो. म्हणजेच त्या मुलाच्या आजूबाजूला असणारा प्रत्येकजण स्वतःला शरीर मानूनच मुलाशी बोलतो. ते पाहून स्वानुभवात असणारं मूल स्वतःला शरीर मानू लागतं. 'तू शरीर आहेस' ही गोष्ट लोकांकडून त्याच्यावर वारंवार बिंबवली जाते. अशा प्रकारे तो चौऱ्यांशी लक्ष वेळा 'मी शरीर आहे' या मंत्राचा जप करत राहतो. इतक्या वेळा हा जप केल्यानंतर तो स्वतःला शरीर मानायला लागतो; जे कहाणीमध्ये 'सावलीचं जिवंत होणं' या रूपकाच्या माध्यमातून सांगितलं गेलंय.

तुम्ही आपल्या स्थूल शरीरालाच मी मानलंय. या 'मी' मधून जी व्यक्ती (अहंकार) तयार होतेय, तिच्याबरोबरच तुम्ही खेळत आहात. दिवसभर तुमच्यातील व्यक्ती काही ना काही बोलत राहते. 'त्यानं असं केलं... त्यानं तसं केलं... तुझ्यासोबत हा असा वागतो, तर तो तसा'... अशा प्रकारे आपण व्यक्तीसोबत (अहंकार) आपलं आयुष्य जगत असतो.

'तुम्ही कुठेही असले तरी एकटे असता का?' यावर थोडा विचार करा. तुमच्या आतून जी बोलतेय, वास्तविक तर ती तुमची सावली आहे. तुमच्या आत सुरू असणारे व्यक्तीचे विचार ही प्रत्यक्षात तुमचीच सावली आहे; फक्त याची आठवण तुम्हाला नाही इतकंच! अज्ञानात का असेना, पण या सावलीला जिवंत करण्याचं कामही तुम्हीच केलेलं आहे. वास्तविक प्रत्येकालाच अडीच-तीन वर्षांचं झाल्यावर हा मशहूर मंत्र मिळतो. हा मशहूर मंत्र लोकांमध्ये खूपच मशहूर म्हणजे प्रसिद्ध आहे. कारण सगळेच त्याचा पुनरूच्चार करत राहतात; अन्यथा मंत्र गुप्त होतात, लुप्त होतात आणि ते लवकर सापडतही नाहीत. जसं, गुमनाम मंत्राची प्राप्ती लवकर होत नाही. कारण तो मंत्र लुप्त झालाय. काय आहे हा गुमनाम मंत्र? हे पुस्तकाच्या शेवटच्या अध्यायात वाचा; परंतु संपूर्ण पुस्तकाचं वाचन झाल्यानंतर, ईश्वराची विचारपूस करताना...

खंड २
ईश्वर कोण

अध्याय
३

ईश्वर कोण - २२ प्रश्न

ईश्वराचा शोध समजेसह

ईश्वरानं मनुष्याला घडवलं, याच भ्रमात सगळे जगतात. परंतु वास्तव हे आहे, की ईश्वरच मनुष्य बनला आणि तेही प्रेम-आनंद-मौनाच्या अभिव्यक्तीसाठी!

प्र. १ : मी कोण आहे?

सरश्री : एक 'मी' म्हणजे, जो लोक मला समजतात. एक 'मी' तो, जो मी स्वतःला समजतो. एक 'मी' असा जो भविष्यात बनू इच्छितो. एक 'मी' असा जो मानलेला होता... या सगळ्या कल्पना चुकीच्या आहेत. तुम्ही स्वतःला जे समजता ते नाहीतच. वास्तविक, तुमच्या अंतर्यामी जो (जाणणारा) आहे, तोच तुम्ही आहात.

एखादा म्हणतो, 'मी बाजारात गेलो...', 'मी बसलो...', 'मी ऑफिसला जाईन...' तर ही सगळी वाक्यं शरीरासंबंधित बोलली जातात. त्यावेळी मनुष्य स्वतःला शरीर समजून अशी विधानं करतो. कोणी, 'मला दुःख झालं... आनंद झाला... मी बोअर होत आहे...' असं म्हणतो, त्यावेळी

तो स्वतःला मन समजून असं म्हणत असतो. अन्यथा, शरीर कधीही बोअर होत नाही. एखादा जेव्हा म्हणतो, 'मी विचार केला... मला समजलं...' तेव्हा तो स्वतःला बुद्धी मानून बोलत असतो. परंतु जेव्हा, 'मी कोण आहे? माझ्या असण्याचा उद्देश काय आहे?' असा प्रश्न शेवटी कोणाकडून तरी विचारला जातो, तेव्हा त्याचा अर्थ; हे प्रश्न, अस्सल 'मी'चे असतात. आपल्याला याच 'मी'ला ओळखायचंय, जाणून घ्यायचंय.

समज : खऱ्या 'मी'ला जाणून, नकली 'मी' मात्र एक विचार आहे, हे जेव्हा समजतं, तेव्हा 'आत्मसाक्षात्कार' घडतो. तुम्ही अस्सल 'मी'ला जाणून घेतलं, तर ईश्वराला जाणू शकाल. ही स्वतःपासून ईश्वरापर्यंतची म्हणजेच 'खुद से खुदा की' यात्रा आहे. (सविस्तर समजण्यासाठी खंड ५ पाहा).

ईश्वर आणि जग

प्र. २ : ईश्वराला कोणी जन्म दिला?

सरश्री : ईश्वराचा मृत्यू होऊ शकतो, असं तुम्हाला वाटतं का?

साधक : नाही.

सरश्री : मग जी गोष्ट मृत होत नाही, तिचा जन्म कसा होईल? जी गोष्ट जन्म घेते, केवळ तीच मृत होते. तुम्हाला कोणी हा प्रश्न विचारला, तर तुम्ही त्याला विचारा, 'ईश्वराचा मृत्यू होऊ शकतो का?' तो म्हणेल, 'नाही. ईश्वराचा मृत्यू कसा होईल?' मग जर ईश्वराचा मृत्यू होऊ शकत नाही, तर त्याचा जन्म तरी कसा होणार?

समज : ईश्वर जन्म-मृत्यूच्या चक्राबाहेर आहे. कारण जो जन्म घेतो, त्याचाच मृत्यू होतो. ईश्वर, जन्म-मृत्यूपलीकडे असलेलं तेज-जीवन आहे आणि त्या जीवनाचा कोणताही अंत नाही.

प्र. ३ : ईश्वर जर अजन्मा आहे, तर या जगाची निर्मिती कशी झाली? ईश्वराने हे जग केव्हा निर्माण केलं?

सरश्री : जगाची निर्मिती केव्हा झाली, हा प्रश्न कालचक्रामुळे उद्भवतो. परंतु काळाची निर्मिती ही तर जगाच्या निर्मितीनंतर झाली आहे. मग जी गोष्ट

नंतर आली, त्याचं उत्तर कसं काय देता येईल? याला असं समजा, जेव्हा कालचक्र सुरू झालं, तेव्हा जगाची निर्मिती झाली. त्यामुळे जो काळापूर्वी होता, त्याला काळाच्या मर्यादेत कसं आणता येईल? जो काळापूर्वी होता, तोच महत्त्वपूर्ण आहे. कारण तोच होता, तोच आहे आणि तोच राहणार. काळ हा तर त्याचा केवळ एक छोटासा अंश आहे आणि अंश कधीही पूर्णत्वाला मापू शकत नाही.

समज : ईश्वर समाधी (समय आदि = काळाच्या आधी) असून काळ त्याचा छोटा अंश आहे आणि जग तेव्हा बनलं, जेव्हा काळाची निर्मिती झाली नव्हती.

प्र. ४ : निराकार असणारा आणि काळापूर्वीही ज्याचं अस्तित्व होतं, त्यालाच ईश्वर म्हटलंय का?

सरश्री : हो... त्यालाच अल्ला, ईश्वर, साक्षी, मौन, वाहेगुरू, गॉड, सत्चित, आनंद, शबद, मालिक, हरी, चैतन्य, तेजअनुभव, तेजम् इत्यादी अनेक नावं दिलेली आहेत.

समज : नाम आणि नामी दोन्ही एकच आहेत.

प्र. ५ : जगाच्या निर्मितीपूर्वी काय होतं आणि ईश्वरानं जगद्लीला (जगाची लीला) कशी निर्माण केली?

सरश्री : विश्वाच्या निर्मितीपूर्वी केवळ स्वसाक्षी उपस्थित होता. त्यालाच ईश्वर, अल्ला, चैतन्य, सेल्फ, स्वानुभव असं संबोधलं आहे. स्वसाक्षीला आपला अनुभव घेण्यासाठी हे जग केवळ निमित्त आहे. या संसाररूपी आरशाद्वारे अनुभवाचं स्वदर्शन घडलं. त्याचबरोबर ईश्वरीय लीलेद्वारे तुलनात्मक मनाचा आविष्कार झाला. याच मनाला समर्पित करण्यासाठी सर्वप्रथम मार्गदर्शन दिलं जातं.

तुलनात्मक मन, हे असं मन आहे, जे सातत्यानं तुलना करतं, परस्परांना तोलत राहतं. हे मन प्रत्येक घटना दोघांमध्ये विभाजित करतं. जसं, हे चांगलं झालं... हे वाईट झालं.... हे जास्त छान झालं... हे खूपच वाईट झालं. याला कल्लू मन किंवा कल-कल करणारं = भूत आणि भविष्यात जगणारं मनदेखील म्हणू शकता. हे तुलनात्मक मन जेव्हा स्वतःचं वेगळं अस्तित्व

मानणारी व्यक्ती बनतं, तेव्हा ही लीला गुंतागुंतीची बनलीय याची जाणीव होऊ लागते. अन्यथा, ईश्वराचा हा खेळ अगदी साधेपणानं, सहजतेनं सुरू होता.

पृथ्वीवर जोपर्यंत मनुष्य नव्हता, तोपर्यंत संपूर्ण सृष्टीचक्र सुरळीत चालू होतं. मानवजन्मानंतर, तुलनात्मक मन तयार झाल्यानंतर शोधाचा खेळ सुरू झाला आणि त्यातून जन्म झाला स्व-चौकशीचा. पण वस्तुस्थिती अशी आहे, की ईश्वरच ईश्वराचा शोध घेतो. ईश्वरच स्वतःचा शोध घेऊन 'स्व'ला प्राप्त करतो. यालाच आत्मसाक्षात्कार म्हणतात. यासाठीच 'स्व-चौकशी' करणं आवश्यक आहे.

समज : विश्वाच्या निर्मितीपूर्वी ईश्वर होता आणि ही विश्वनिर्मिती स्वदर्शनासाठी झाली आहे. त्यामुळेच असं म्हणता येईल, की हे विश्व, जग ईश्वराचा आरसा आहे.

प्र. ६ : विश्वलीला कशी ओळखावी?

सरश्री : एका उदाहरणाद्वारे ती समजण्याचा प्रयत्न करू या. समजा, एक चित्र आहे. या चित्रात एक माणूस कबूतर पाहतोय; तर येथे कबूतर म्हणजे दृश्य आहे, मनुष्य म्हणजे द्रष्टा आणि त्यादरम्यान जी बघण्याची क्रीया होतेय ते म्हणजे दर्शन. परंतु जो चित्राच्या बाहेर आहे, त्याच्यासाठी या तीनही गोष्टी एकाच चित्राचा भाग आहेत.

अशाच प्रकारे तुम्ही जेव्हा स्वतःला या संसाररूपी चित्राबाहेर अनुभवता, आत-बाहेरच्या बाहेर अनुभवता तेव्हा तुम्हाला तुमच्या अस्तित्वाची जाणीव होते. ती म्हणजे, 'प्रत्यक्षात मी शरीरासोबत जोडला गेल्याने शरीर दर्शन करत आहे आणि मी शरीर नाहीच.' परंतु या सगळ्या गोष्टी, घटना पाहणारा मात्र सगळ्यांपेक्षा वेगळा आहे. तो चित्राबाहेर आहे.

तुम्हाला आठवत असेल, पूर्वीच्या काळी मोठ्ठा डबा घेऊन, 'या... खेळ पाहा...' असं ओरडत काही खेळ दाखवणारे लोक गल्लोगल्ली फिरायचे. मग लोकांनी त्या डब्यामध्ये डोकावताच, त्यांना काही चित्रं हलताना दिसायची. त्या डब्याला बाइस्कोप म्हणत. लोक त्यातील चित्र बघताना मग्न व्हायचे. कारण बाइस्कोपच्या आतमध्ये संपूर्ण जग वसलेलं असायचं. कित्येक इमारती, माणसं आणि वस्तूंची चित्रं असायची. त्यात कोणी

बिल्डिंगच्या आतमध्ये जायचं, तर कोणी बिल्डिंगच्या बाहेर येताना दिसायचं. परंतु बाइस्कोपमधून जो हे सगळं बघायचा, तो बाहेरच असायचा. कारण तो बिल्डिंगच्या आतही नसतो आणि बाहेरही. प्रत्यक्षात तो आत-बाहेरच्या बाहेर असतो.

ईश्वरानं निर्मिलेल्या जगाची लीलादेखील या बाइस्कोपप्रमाणे सुरू आहे. परंतु सद्यस्थितीत लोक स्वतःला विसरून जगाच्या बाइस्कोपमध्ये एवढे हरवून गेलेत, की प्रत्यक्षात ते स्वतः बाइस्कोपच्या बाहेर आहेत, हेच त्यांना आठवत नाही. अशा वेळी माणसाच्या जीवनात गुरू महत्त्वाची भूमिका पार पाडतात. गुरू जेव्हा मागून येऊन टप्पू मारतात तेव्हा माणसाला भान येतं, तो सजग होतो. टप्पू बसताच तो मागं वळून पाहतो आणि त्याला आठवतं, 'अरे! मी तर बाइस्कोपच्या (जगाच्या) बाहेर आहे. मी त्या मायेच्या जगात नाहीच. काही वेळापूर्वी मी असं समजत होतो, की आतमध्ये जातोय आणि माझा मित्र एका बाजूनं मला पाहतोय, पण ती तर केवळ लीला होती.' ही समज आणि दृढता जागृत होण्यासाठी गुरूकडून टप्पू बसणं अत्यावश्यक आहे. काही लोकांना टप्पू बसला की वाईट वाटतं. परंतु नंतर तेच म्हणतात, 'ही तर कृपा झाली, ज्याविषयी वाईट वाटत होतं, त्या साऱ्या शंका आता दूर झाल्या, त्याचं निराकरण झालं.'

समज : ईश्वर आत-बाहेरच्या बाहेर आहे. गुरू आपल्याला जगद्‌लीलेतून बाहेर काढण्यासाठी येतात.

ईश्वराचं नाव, रूप, स्थान

प्र. ७ : ईश्वराचं नाव काय आहे?

सरश्री : ईश्वराचं नाव आहे 'अनाम सत्य.' वास्तव हे आहे, की सगळी नावं ईश्वराचीच आहेत किंवा कोणतंही नाव त्याचं नाही. सगळे आकार त्याचे आहेत किंवा कोणताच आकार त्याचा नाही. याचाच अर्थ, पृथ्वीवर जेव्हा कोणी सत्याची पुनरावृत्ती केली, सत्य सांगितलं, तेव्हा त्यानं ईश्वराचं नामस्मरण केलं.

'राम-राम', 'हरी-हरी' असं वारंवार उच्चारणं म्हणजे खरं नामस्मरण नाही. वास्तविक श्रीरामाच्या अगोदर ज्या सत्याची पुनरावृत्ती केली गेली, ते नाव ईश्वराचं आहे. श्रीकृष्णाच्या आधी जे सत्य वारंवार उच्चारलं गेलं, ते ईश्वराचं नाव आहे. जीजसच्या अगोदर ज्या सत्याचा सातत्याने उच्चार केला गेला,

ते ईश्वराचं नाव आहे. सत्य म्हणजेच ईश्वर आणि ईश्वरच सत्य आहे. दशरथपुत्र रामानं, ज्या रामाचं (स्वानुभवाचं) स्मरण केलं, तेच ईश्वराचं नाव आहे. देवकीपुत्र कृष्णानं ज्या कृष्णाचं नाव घेतलं, तेच ईश्वराचं नाव. जर 'अनाम सत्य' हेच ईश्वराचं नाव असेल, तर सत्य-सत्य असं उच्चारल्याने नामस्मरण कसं होईल? जेव्हा तुम्ही सत्याचाच (जे दोन्हींच्या पलीकडे आहे) विचार कराल, तेव्हाच ईश्वराचं खरं स्मरण होईल.

सत्याचा विचार करणं आणि सत्याविषयी विचार करणं, या दोन्ही वेगवेगळ्या गोष्टी आहेत. तुम्ही जेव्हा राम, कृष्ण, नारायण अशा अवतारांच्या कहाण्या वाचता किंवा त्यावर विचार करता, तेव्हा तो असतो सत्याविषयीचा विचार, पण सत्य विचार नव्हे. रात्रीच्या वेळेस कोणी म्हटलं, 'आता रात्र आहे' तर हे सत्य असूनही अस्सल सत्य नाही. कारण हे माहिती करून घेतल्याने आपल्या जीवनामध्ये कोणतंही परिवर्तन, बदल घडणार नाहीये. ज्या समजेच्या आधारे ईश्वराचं नाव सत्य मानलं गेलं, ते हे सत्य नाहीच. सत्याचं उच्चारण म्हणजे सत्याविषयी विचार करणं होय. याचाच अर्थ, 'मी जो आहे', त्याची अनुभूती घेऊन त्याची प्रशंसा करणं. आपल्या शरीराद्वारे होणाऱ्या सर्व क्रिया कोण करतोय, याचं सदैव स्मरण ठेवणं. तुम्ही योग्य गुरूंकडून, अचूक नामस्मरण शिकून ईश्वराचं स्मरण करा, त्याचा अजपा जप करा.

समज : सगळी नावं ईश्वराची आहेत किंवा कोणतंही नाव ईश्वराचं नाही. सगळे आकार त्याचे आहेत किंवा कोणताही आकार त्याचा नाही. जे नाव घेतल्यानंतर आपण आपल्या अनुभवापर्यंत पोहोचतो, तेच ईश्वराचं नाव आहे. जर 'राम' म्हटल्यावर तुम्हाला मोहमायेची आठवण येत असेल, तर ते ईश्वराचं नाव नक्कीच नाही. अशाच प्रकारे, जर 'रावण' म्हटल्यावर सत्याची आठवण येत असेल, तर तेही नाव ईश्वराचं होऊ शकतं.

प्र. ८ : **ईश्वर कोण व कसा आहे?**

सरश्री : 'ईश्वर कोण आहे?' या प्रश्नाची वेगवेगळी उत्तरं देता येतील. जसं, ईश्वर म्हणजे 'सर्व काही' किंवा 'काहीही नाही.' या 'काहीही नाही'मधूनच जगाची निर्मिती झाली आहे. जसं, वनस्पतीच्या बीजामध्ये संपूर्ण जंगल सामावलेलं

असतं. परंतु जर हेच बी तोडलं तर त्यात काय मिळेल? काही नाही. अशा प्रकारे ईश्वरदेखील 'काही नाही' आहे. हे 'काही नाही' म्हणजे मनाच्या कल्पनेतून आलेलं 'काही नाही' नव्हे; तर हे 'काही नाहीच' सगळं काही आहे. या वास्तवावर पुढील कहाणीतून प्रकाश टाकण्यात आला आहे.

एका राज्यात बाहेरून एक माणूस येतो. तो दिसायला जरी सामान्य असला, तरी त्याचा चेहरा अलौकिक तेजानं तळपत असतो. लोकांना तो ईश्वराविषयी इतरांपेक्षा वेगळ्या आणि अतार्किक (इलॉजिकल) गोष्टी सांगायचा. परंतु अनुमानानं घेरलेले आंधळे लोक त्याच्या बोलण्याचा अर्थ समजू न शकल्याने त्याच्यावर नाराज झाले. त्यांनी त्याला पकडून राजाकडं नेले आणि सांगितलं, 'हा माणूस ईश्वराविषयी काही वेगळंच बोलतोय.'

राजाने विचारल्यावर तो माणूस म्हणाला, 'मी लोकांची दिशाभूल करत नाहीये हे सिद्ध करू शकतो.' त्यानं आपली बाजू योग्य असल्याचं पटवून देण्यासाठी तीन मंत्र्यांना बोलावलं. एका पुडीत माती बांधून दिली आणि त्यांना सांगितलं, 'या पुडीच्या आत जी गोष्ट आहे, तिचं नाव न घेता तिच्याविषयी सांगा.'

तीन मंत्र्यांपैकी एकानं सांगितलं, 'यातूनच सर्व काही जन्माला येतं. ही अशी एकमेव गोष्ट आहे जिच्यामधून सगळ्याची निर्मिती होते. झाडं, वेली सगळ्यांचंच बीज याच्यामध्ये असतं.'

दुसरा म्हणाला, 'हे पाणी नाही. पाणी वगळता जे शिल्लक राहतं, ती ही गोष्ट आहे.'

तिसरा म्हणाला, 'ही अशी गोष्ट आहे, जिच्यामध्ये एक दिवस सगळ्यांना विलीन व्हायचंय.'

हे सर्व ऐकल्यानंतर त्या माणसानं मातीचं रहस्य उलगडताना सांगितलं, 'तुम्हीच पाहा, साध्या मातीबद्दल विचारलं, तरी तीन वेगवेगळी उत्तरं आली. मग मी ज्या ईश्वराविषयी बोलतोय, त्याच्याबाबतीत तर कित्येक लोकांनी नानाविध उत्तरं दिली असतील, मग अशा विविध उत्तरांमुळे, ईश्वराचं मूळ स्वरूप बदलतं का?'

राजाला त्या माणसाचं म्हणणं पटलं. मात्र, आता या प्रश्नाचं उत्तर

तुम्ही द्यायचंय. वेगवेगळ्या नावांनी ज्याला साद घालतात, तो ईश्वर एकच आहे, याच्याशी आपण सहमत आहात का? ईश्वराचा अर्थच ती चेतना, ते जीवन - जे आपल्या सर्वांच्या अंतर्यामी आहे. असा हा ईश्वर केवळ शब्दातीत असल्यामुळे अनुभवानेच जाणता येतो, शब्दांतून नाही.

समज : ईश्वर म्हणजे 'काही नाही' आहे, ज्याच्या आतमध्ये सगळं काही असण्याची सुनिश्चित शक्यता आहे.

प्र. ९   : ईश्वर कुठे आहे?

सरश्री : या प्रश्नाची तीन उत्तरं असू शकतात.

१. ईश्वर फक्त आपल्या अंतर्यामी आहे.

२. ईश्वर आपल्या बाहेर म्हणजे जगामध्ये सामावलेला आहे.

३. ईश्वर आत आणि बाहेर दोन्ही ठिकाणी आहे.

या तीनही उत्तरांपैकी तुम्हाला पहिलं किंवा तिसरं उत्तर योग्य वाटेल. प्रत्यक्षात ईश्वर आत-बाहेरच्या बाहेर आहे. तरीही यातून पूर्णतः स्पष्ट होत नाही. कारण आत-बाहेर ही मनाची सीमित, मर्यादित अशी भाषा आहे आणि ईश्वर तर मनाच्या पलीकडे, असीम आहे. त्यामुळे हे म्हणणं जास्त संयुक्तिक आहे, की ईश्वर आत-बाहेरच्या बाहेर म्हणजे सर्वत्र आहे.

आता प्रश्न हा उद्भवतो, की ईश्वर जर अंतर्यामीही आहे, बाहेरही आहे तर त्याला सहजपणे कुठे शोधता येईल? याचं उत्तर सोपं आहे, आपल्या अंतरंगात. कारण आपलं शरीर रात्रंदिवस आपल्यासोबत असतं. त्यामुळे इच्छा होताच आपण आतमध्ये डुबकी लावून ईश्वराचं दर्शन घेऊ शकतो.

समज : ईश्वर आत-बाहेरच्या बाहेर आहे आणि आपण ईश्वरामध्ये आहोत. अगदी तसंच, जसा मासा पाण्यामध्ये असतो.

प्र. १० : ईश्वर कुठून आला आहे?

सरश्री : वरील प्रश्न ऐकून एखाद्याला वाटेल, किती योग्य प्रश्न आहे हा! परंतु या प्रश्नावर सखोलतेनं विचार केल्यास, ईश्वर कुठेतरी होता आणि इथे नाहीये असा अर्थ त्यातून निघेल. जेव्हा तो इथे आला, तेव्हा तो तिथे नसणार, जिथे आधी होता. त्यामुळे दुसरा प्रश्न निर्माण होऊ शकतो. ईश्वर एका

ठिकाणावरून दुस‍र्‍या ठिकाणी फिरत राहतो का? उत्तर आहे, नाही... कारण तो तर सर्वत्र व्यापलेला आहे. त्यामुळे 'कुठून आला?' हा प्रश्नच चुकीचा आहे. समजा, तुम्हाला कुणी विचारलं, 'लाल रंग वाकडा असतो, की सरळ?' तुम्ही सांगाल, 'लाल रंगाचा वाकडं किंवा सरळ असण्याशी तिळमात्र संबंध नाही. मुळात हा प्रश्नच योग्य नाहीये.' त्याचप्रमाणे, ईश्वर कुठून आला किंवा कुठे गेला, हा प्रश्नही व्यर्थ आहे.

समज : ईश्वर तर प्रत्येक ठिकाणी असल्याने तो कुठेही येण्याचा किंवा जाण्याचा प्रश्नच उद्भवत नाही.

प्र. ११ : 'ईश्वर आहे किंवा नाही', याचं निश्चित उत्तर काय?

सरश्री : ईश्वराला न मानणारा नास्तिक म्हणेल, 'ईश्वर नाही' आणि आस्तिक म्हणेल, 'ईश्वर आहे'. परंतु दोघांचंही ज्ञान अर्धवट आहे. वास्तव हे आहे, की 'ईश्वरच आहे.' 'आहे' किंवा 'नाही' हे प्रश्नच चुकीचे आहेत. पुढील उदाहरणावरून आपण हे समजून घेऊ या :

झोपलेल्या एखाद्या माणसाला विचारलं, 'तू जागा आहेस का?' त्यावर जर तो 'हो' असं म्हणाला तर याचाच अर्थ, तो जागा आहे. परंतु तो 'नाही' म्हणाला तर त्याचाही अर्थ, 'तो जागा आहे' असाच आपण घेतो. अशा प्रकारे कोणी, 'ईश्वर आहे' असं म्हटलं, तर ईश्वर आहे आणि कोणी, 'ईश्वर नाहीये' म्हणाला, तरीदेखील त्याचा अर्थ 'ईश्वर आहे' असाच होईल ना? कारण 'नाही' म्हणण्यासाठीही त्या शरीरात ईश्वराला उपस्थित राहावं लागतं. आता तुमच्या लक्षात आलं असेल, 'ईश्वरच आहे' आणि 'नाही' असं सांगणारादेखील ईश्वरच आहे.

समज : 'ईश्वरच आहे, तुम्ही आहात किंवा नाही हे निश्चित करा, शोधा.'

ईश्वराचा रंग, आकार, कल्पना

प्र. १२ : ईश्वर आकार आहे, की निराकार?

सरश्री : ईश्वर; शरीर, मन, बुद्धी यांच्या पलीकडे असलेला निराकार आहे. तसं पाहिलं तर मनुष्य प्रत्येक गोष्ट समजण्यासाठी मन आणि बुद्धीचा उपयोग करतो. लहान मुलांनाही शिकवण्यासाठी चित्रांचं माध्यम उपयुक्त ठरतं. परंतु

अध्यात्माची सुरुवात करणाऱ्यांना ईश्वराचं चित्र दाखवण्याचा केवळ प्रयत्न करता येतो. कारण जो असीम, निराकार आहे, त्याला कोणतीही रंगछटा व्यक्त करू शकणार नाही. त्याचं चित्रच बनवता येणार नाही. तरीही काळाच्या उपयुक्ततेनुसार ईश्वराचं चित्र बनवण्याची आवश्यक चूक त्या आत्मसाक्षात्कारी महापुरुषांकडून घडली, ज्यांनी सत्य, ईश्वर किंवा स्वानुभवाला आकारामध्ये बसवण्याचा प्रयत्न केला.

स्वतःला जाणण्यासाठी ईश्वराला आकाराची (शरीराची) आवश्यकता असते, अगदी तशीच, ज्याप्रमाणे डोळ्यांना चष्म्याची गरज असते. परंतु नवीन साधक हे समजू शकत नाही. त्यामुळे त्याला दोन प्रकारे उत्तरं दिली जातात. :

१. ईश्वर आकार धारण करतो आणि कधी-कधी निराकार बनतो.

२. ईश्वर आकारी निराकार आहे. म्हणजे निराकार हाच ज्याचा आकार आहे, निर्गुणच त्याचा गुण आहे. पण हा साधारण निराकार नसून, तो आकारी निराकार आहे.

यापैकी दुसरं उत्तर योग्य आहे. सामान्य बुद्धीचा माणूस सोन्याला महत्त्व देईल, की दागिन्यांना? साहजिकच, दागिन्यांना! खरंतर सगळ्या दागिन्यांमध्ये एकच गोष्ट असते, ती म्हणजे सोनं. सोन्याला आकार दिल्याने बाहेरच्या जगात त्याचं महत्त्व वाढतं. त्याचप्रमाणे लोक ईश्वराच्या आकाराला, मूर्त रूपालाच जास्त महत्त्व देतात. परंतु सोनारासाठी सोनं किंवा दागिना, दोन्ही एकसमानच असतं. सोनार प्रत्येक दागिन्यामध्ये सोनंच पाहतो. त्याच्यासाठी दागिन्यांचा आकार आणि कच्च्या सोन्याचं निराकार असणं यामध्ये फरक नाहीच! त्याचप्रमाणे विवेकी माणसासाठी आकार आणि निराकार एकच तत्त्व आहे.

जे लोक आकाराला मानतात किंवा निराकाराला मानतात, दोघंही एकच चित्रपट पाहत आहेत. फरक इतकाच, की काही लोक मध्यंतरापूर्वीची (इंटरव्हलपूर्वीची) फिल्म पाहत आहेत, तर काही मध्यंतरानंतरची. मग चित्रपट पाहिल्यानंतर दोघांची चर्चा होते. त्या चर्चेत ते परस्परांना सांगतात, 'माझाच चित्रपट जास्त चांगला होता, तुमचा चांगला नाही.' प्रत्यक्षात दोघांनी एकच फिल्म पाहिली होती.

समज : निराकारच ईश्वराचा आकार आहे. निर्गुणच ईश्वराचा गुण आहे.

प्र. १३ : ईश्वर पुरुष आहे का? त्याची सगळी चित्रं काल्पनिक आहेत का?

सरश्री : ईश्वर लिंगभेद आणि प्रत्येक कल्पनेच्या पलीकडे आहे. एकदा एका शिक्षकांनी विद्यार्थ्याला विचारलं, 'आकाश कसं असतं?' तो म्हणाला, 'सोनेरी असतं.' कारण त्यानं आकाश केवळ संध्याकाळी पाहिलं होतं. दुसऱ्या विद्यार्थ्याला विचारल्यानंतर तो म्हणाला,'आकाश काळं असतं.' कारण त्यानं फक्त रात्रीच्या वेळीच आकाशाकडे नजर टाकली होती. जर कोणी आपल्याला हा प्रश्न विचारला, तर आपलं उत्तर असेल, आकाश निळं असतं.

अगदी याच प्रकारे 'ईश्वर' शब्द उच्चारताच आपल्यासमोर, डोक्यावर मुकुट तसंच नानाविध दागिने घातलेल्या एखाद्या पुरुषाची कल्पना येते. अशा कल्पना ईश्वराच्या शोधात अडथळा बनू शकतात. कारण ईश्वर पुल्लिंग (पुरुष) आहे, असं आपण मानलंय. परिणामतः आपण अशा अडाणी कल्पनांमध्ये अडकतो, हे एका उदाहरणातून समजून घेऊ या.

तुम्हाला कोणी विचारलं, 'इडली कशी असते?' तर तुमच्यासमोर नेहमी गोल आकारच येणार. चौकोनी आकार कधीही येणार नाही. परंतु जर चौकोनी इडली बनवली, तर त्याचा स्वाद बिघडणार आहे का? नाही. पण आपली कल्पनाच इतकी पक्की आहे, की आपल्याला इडलीचा आकार गोलच दिसतो. इतर आकार आपण स्वीकारूच शकत नाही.

अशाच प्रकारे ईश्वर हा पुरुषच असला पाहिजे असं आपल्याला वाटतं. श्रीरामाचं नाव घेतलं तर अरुण गोविलचा (टीव्ही सिरीअल रामायणचा अभिनेता) चेहरा समोर येतो. श्रीकृष्णाचं नाव घेतल्यास नितीश भारद्वाज (टीव्ही सिरीअल महाभारतातील अभिनेता) डोळ्यांसमोर येतो. अशाच प्रकारे कॅलेंडरवरही अनंत ईश्वरांची कल्पनाचित्रं छापलेली असतात. ईश्वराचा शोध जेव्हा अशा कल्पनांच्या आधारे घेतला जातो, तेव्हा तो आयुष्यात पूर्ण होत नाही.

मुलं बालवाडीत (के.जी.) असतात, तेव्हा त्यांना प्रत्येक शब्द शिकवताना शब्दासह त्याचं चित्रही दाखवतात. मूल चित्र पाहून शब्द शिकतं. चित्रं

पाहत-पाहत त्याची समज वाढत जाते आणि पुढे जाऊन तो चित्रांचा आधार घेत नाही. अशा प्रकारे चित्र सुरुवातीला येतात, परंतु पुढे जाऊन चित्रांशिवायही अनुभव घेता येतो. जे लोक के.जी.च्या पुढे गेलेले आहेत, त्यांना ईश्वर आकाराच्या पलीकडे आहे, हे ठाऊक असतं.

समज : ईश्वर– अमर, अकाल मूर्ती, अजून, स्वयंभू, अरूप, अछेद, अचल, निरहंकारी, निराकारी, निर्गुण, निर्भय, निर्वैर, सर्वव्यापी, सर्वशक्तिमान, सर्वज्ञाता, क्षेत्रहीन, इंद्रियातीत आणि मनाच्या परीघापलीकडे सर्वोपरी आहे.

प्र. १४ : मन ईश्वराला जाणू शकतं का?

सरश्री : ईश्वर मनाच्या पलीकडे असल्याने मन ईश्वराला कधीही जाणू शकणार नाही. मन जेव्हा मौन (शांत) होईल, तेव्हाच ईश्वर प्रकटेल. कारण मनाला माहिती नसलेलंही तत्त्व (सत्य) उपलब्ध आहे, याला ते कधीच स्वीकारू शकत नाही. कित्येकांना, 'माहिती नाही' हे सांगण्याची लाज वाटते. परंतु आपल्याला एखादी गोष्ट माहिती नसल्यास, 'मला माहीत नाही' असं सहजपणानं सांगायला हवं. परंतु हे कबूल करण्याची लाज वाटत असल्याने लोक कित्येकदा असंबद्ध उत्तरंच देतात. एका उदाहरणाच्या आधारे हे समजून घेऊ या.

एका माणसाला खूप कष्ट करूनही कोणत्याही कामात यश मिळत नसे. याबद्दल त्याने एकाला विचारल्यावर उत्तर मिळालं, 'तू कमनशिबी असल्याने तुझं काम होत नाही.' नंतर त्या माणसाने हीच तक्रार आणखी कोणाला तरी सांगितली. तेव्हा तो म्हणाला, 'मागच्या जन्मी तू काही वाईट कर्मं केली असतील, म्हणून तुझं काम होत नाही.' तात्पर्य, तो जितक्या लोकांकडे गेला, त्या सगळ्यांनी 'मला माहिती नाही' असं सांगण्याऐवजी त्याला 'भाग्य' किंवा 'गेल्याजन्मीचं कर्म' अशी रेडिमेड उत्तरं दिली. त्या लोकांना 'मला माहिती नाही' हे सांगण्यात कमीपणा वाटत होता. खरंतर 'मला माहिती नाही' असं सांगितल्यास समोरच्याचं जास्त नुकसान होत नाही. परंतु चुकीच्या उत्तरांनी लोक कसे भरकटतात, वाट हरवतात, याची सांगणाऱ्याला यत्किंचितही पर्वा नसते.

मुलानं वडिलांना विचारलेल्या प्रश्नाचं उत्तर त्यांना माहिती नसेल,

तर वडिलांनी मुलाला सांगायला हवं, की बेटा, आपण दोघं मिळून याचं उत्तर शोधू या.

एका माणसानं त्याच्या मित्राला विचारलं, 'सकाळी पानांवर दंवबिंदू का असतात?' मित्रानं मागचा-पुढचा कोणताही विचार न करता ताबडतोब उत्तर दिलं, 'पृथ्वी गोल फिरत असल्याने तिला घाम येतो. त्यामुळेच पानांवर दवबिंदू दिसतात.' अशी उत्तरं देणाऱ्याकडे कोणतंही ज्ञान नाहीये. परंतु तसं कबूल करण्याऐवजी तो बहाणे बनवतोय, हे आपल्या लक्षात आलंच असेल. साधारणपणे मनुष्य असाच वागतो. मग देत असलेले बहाणे योग्य असो अथवा चुकीचे.

अशा प्रकारे कर्म-भाग्य, स्वर्ग-नरक, जन्म-मृत्यू या गोष्टीबाबत वेगवेगळ्या प्रकारची तयार (रेडिमेड) उत्तरं दिली जातात. आता वेळ आलीय, तर्काच्या साहाय्यानं विचार करण्याची. हा जन्म जर आपल्याला आपल्या गतजन्मांच्या कर्मांनुसार मिळाला आहे, तर पहिला जन्म कोणत्या कर्मांमुळे मिळाला असेल? परंतु याविषयी कोणीही विचार करत नाही. ही सगळी उत्तरं अविचारानं दिली जातात. कारण माणसाला, 'मला माहिती नाही' हे सांगण्याची भीती वाटते. या उत्तरांमुळेच ईश्वराच्या विविध कल्पना केल्या गेल्या. वास्तवात, मन ईश्वराची कल्पना करू शकतं, परंतु त्याचा अनुभव मात्र घेऊ शकत नाही.

समज : चष्मा डोळ्यांना कधी पाहू शकत नाही आणि मन ईश्वराचा चष्मा असल्याने ते कधीही ईश्वराला पाहू शकत नाही. सत्यश्रवण, मनन, पठण तसंच लेखनातून मन जेव्हा न-मन होतं, तेव्हाच ईश्वर प्रकटतो.

ईश्वराचं कार्य, गुण आणि कृपा

प्र. १५ : ईश्वर आहे; तर मग पृथ्वीवर दुःख का आहे?

सरश्री : लोकांना दुःख होतं आणि प्रत्येक दुःखावर कोणतं ना कोणतं औषधही उपलब्ध असतं. शिवाय प्रत्येक औषधाची माहिती असणारा डॉक्टरही असतोच. आपलं काम आहे, योग्य डॉक्टरांशी संपर्क करणं. पण कोणी जर डॉक्टरांशी संपर्कच न साधता रडतच राहिला, की मला हा आजार का आहे... तो बरा का होत नाही... तर आपण त्याला काय सांगाल?

एक पुजारी आणि न्हावी मित्र होते. न्हावी नेहमीच ईश्वराकडे तक्रार करायचा, पृथ्वीवरील गाऱ्हाणी गायचा. त्याचा एकच प्रश्न कायम असायचा, 'जर ईश्वर आहे, तर मग पृथ्वीवर दुःख का?'

एकदा पुजारी आणि न्हावी एकत्र कुठेतरी जात होते. पुजाऱ्यानं एका भिकाऱ्याकडे बोट दाखवत न्हावी मित्राला विचारलं, 'तू असतानाही त्या भिकाऱ्याचे केस आणि दाढी इतकी कशी वाढलेली? तू असूनही त्याची परिस्थिती अशी का?' त्यावर न्हावी म्हणाला, 'त्यानं माझ्याशी जर संपर्कच केला नाही, तर त्यात माझा काय दोष?' तेव्हा पुजाऱ्याने त्याला समजावलं, 'हीच गोष्ट ईश्वराबाबतीतही लागू पडते. ईश्वराला दुःख दूर करण्याची इच्छा नाहीये, म्हणून पृथ्वीवर दुःख आहे, असं नव्हे; तर लोक ईश्वराशी संवादच साधत नाहीत म्हणून खरंतर दुःख आहे. संपर्काशिवायच लोक म्हणत राहतात, इथे दुःख आहे, वेदना आहे. परंतु जो संपर्क करेल, तो त्या वेदनांमधून, मान्यतांमधून, दुःखातून मुक्त होईल.'

समज : दुःख औषधाची आठवण करून देतं आणि ईश्वरापेक्षा मोठं औषध कोणतंही नाही. ईश्वरानं कोणालाही दुःखी करण्यासाठी दुःखाची निर्मिती केलेली नाही, तर महाआनंदाच्या शक्यता प्रकट करण्यासाठी ते बनवलं आहे. दुःख म्हणजे ईश्वराला आर्ततेनं साद घालण्याची प्रार्थना!

प्र. १६ : ईश्वराने नकारात्मक आणि सकारात्मक गोष्टी का बनवल्या?

सरश्री : ईश्वराने चांगल्याबरोबर वाईटाची निर्मिती का केली, असा प्रश्न सामान्यपणे सगळ्यांनाच पडतो. याचं उत्तर उदाहरणांद्वारे समजून घेऊ या. समजा, तुम्हाला केवळ चांगल्याच व्यक्तिरेखांचं वर्णन करणारी कादंबरी लिहायला सांगितली तर तुमची प्रतिक्रिया काय असेल? तुम्ही म्हणाल, 'ही कादंबरी वाचनीय, रंजनीय कशी बनणार? जोपर्यंत नकारात्मक व्यक्तिरेखा कादंबरीत नाही, तोपर्यंत ती तयारच होणार नाही. कारण तीच तर कादंबरीनिर्मितीची पहिली अट आहे.'

आणखी एक उदाहरण पाहू. 'मी एकच काटा असलेलं घड्याळ बनवेन,' असं तुम्ही म्हणू शकता का? असं झाल्यास तुम्ही त्या एकाच काट्याच्या आधारे वेळ पाहू शकाल? जर घड्याळात तासाचा काटा नसेल,

तर तुम्हाला सांगावं लागेल, 'वाजून दहा मिनिटं झाली आहेत.' अशा प्रकारे जीवनात सुखाबरोबर दुःखाचा काटा असणंही गरजेचं आहे. रामाबरोबर रावणही आवश्यक आहे. अन्यथा, एक दुसऱ्याशिवाय अपूर्ण आहे.

कोणतीही घटना आपण केवळ एकाच बाजूनं पाहतो आणि त्यानुसार अनुमान लावतो. तिची दुसरी बाजू कधी विचारातही घेत नाही. ईश्वरानं कोणाला गरीब तर कोणाला श्रीमंत बनवलं, यामागे नक्कीच काही कारण आहे. हे खरोखरच लक्षात आलं, तर तुम्ही म्हणाल, 'असंच व्हायला हवं.' आज बेईमान लोकांमुळेच प्रामाणिक लोकांची किंमत आहे. सत्याला इतकं महत्त्व दिलं जातंय, कारण आज असत्य खूप फोफावलंय. पण जोपर्यंत ही समज येणार नाही, म्हणजेच दुसरा पैलू पाहण्याची दृष्टी विकसित होत नाही, तोपर्यंत, 'सगळं काही चुकीचं घडतंय' असंच समजलं जाईल.

एकदा एका राजानं आपल्या राज्याच्या अर्थव्यवस्थेची पाहणी केली. त्यानंतर त्याला, शेतातील धान्याचा एक हिस्सा चिमण्या खाताहेत हे समजलं. ते ऐकून राजा चिंताक्रांत झाला. हे धान्य वाचवण्यासाठी त्यानं एक आदेश जारी केला होता, 'राज्यातील सगळ्या चिमण्या मारण्यात याव्यात आणि जास्तीतजास्त चिमण्या मारणाऱ्यांना भरघोस इनाम देण्यात येईल.' मग काय! लोकांनी चिमण्यांना ठार करण्याचा सपाटाच लावला. यामुळे राज्यातील जवळपास सगळ्याच चिमण्या मेल्या आणि राजा अत्यंत प्रसन्न झाला. आता धान्याची समस्या संपलीय असं त्याला वाटलं. परंतु त्यानंतर जेव्हा त्यानं हिशेब पाहिला, मोजमाप पाहिलं तेव्हा, धान्याचं प्रमाण पहिल्यापेक्षाही कमी झाल्याचं राजाच्या लक्षात आलं. आश्चर्यचकित झालेल्या राजानं याचा शोध घेतल्यावर त्याला समजलं, शेतातील पिकं किडे-मुंग्या खाताहेत. राजाला या गोष्टीचा विचारही आला नव्हता, की चिमण्या धान्याबरोबर भरपूर किडे-मुंग्यादेखील खात होत्या, ज्यामुळे राज्याचं बरंचसं धान्य वाचत होतं. आता चिमण्याच राहिल्या नाहीत, म्हणून किड्या-मुंग्यांनी संपूर्ण पीकच उद्ध्वस्त केलं होतं.

मनुष्याची बुद्धी किती सीमित, मर्यादित आहे, हे या गोष्टीतून समजतं. एखादी गोष्ट योग्य अथवा चुकीची, हे पाहूनच तो विचार करतो आणि निर्णय घेतो. सीमित असणारा असीम कसा समजू शकेल?

मनुष्याची मर्यादित बुद्धी त्या विराटाला कशी समजू शकेल? आपण अर्धवट घटनेलाच पूर्ण समजून चुकीचं लेबल लावतो. कारण आपल्यामध्ये संपूर्ण पाहण्याची क्षमता नाहीये. आपल्या अल्प बुद्धीच्या साहाय्यानंच मनुष्य प्रयत्न करतो, की 'ईश्वराने जे बनवलंय, त्यामध्ये मी थोडीफार सुधारणा करेन. ईश्वराकडून ज्या काही चुका घडतात, त्या मी सुधारेन.' परंतु जेव्हा समज वाढू लागते, तेव्हा लक्षात येतं, की सगळं काही सुरळीतपणे, योजनाबद्ध रीतीने सुरू आहे, यापेक्षा अधिक चांगलं आणखी कोणीही चालवू शकणार नाही.

समज : ईश्वरासाठी कोणतीही गोष्ट नकारात्मक नाही आणि सकारात्मकही नाही. लेफ्टही नाही, राइटही नाही; ना ब्लॅक, ना व्हाईट.

प्र. १७ : दोन्हीही गोष्टी जर ईश्वरानेच निर्माण केलेल्या आहेत, तर आपण सकारात्मकच का राहायचं, नकारात्मक का नाही?

सरश्री : मनुष्याचा मूळ उद्देश आहे, स्वतःला जाणणं. सकारात्मकता, प्रेम, आनंद, मौन हा जो ईश्वराचा स्वभाव आहे तो जागृत करणं. हा स्वभाव जाणण्यासाठी दुसरा म्हणजे नकारात्मकता नाईलाजानं निर्माण करावी लागली; अन्यथा तिरस्काराशिवाय, द्वेषाशिवाय प्रेमाची ओळख पटणार कशी? एखाद्या पारदर्शक काचेवर काहीही लिहिलेलं नाहीये आणि तिथून जाणाऱ्याला ती काच आहे, हे समजलंच नाही तर तो काचेवर धडकणारच. अशावेळी, ही काच आहे हे सांगण्यासाठी काचेवर काही शब्द लिहिले जातात. अशाच प्रकारे प्रेम, आनंद, मौन आणि करूणा जाणावी, यासाठी तिरस्कार, दुःख, राग, निराशा, कोलाहल यांची निर्मिती झाली आहे.

समज : पाण्याचा स्व-भाव आहे ओलेपणा, तसाच आपला स्व-भाव आहे सकारात्मकता. त्यामुळे सकारात्मक राहून आपण कोणावरही उपकार करत नाही. निसर्गातील प्रत्येक गोष्ट; झाडं, वेली, जनावरं, पक्षी सगळे सकारात्मक, सहज आणि सरळच आहेत.

प्र. १८ : ईश्वराने जगामध्ये वेडे, अपंग आणि गरीब लोकसुद्धा बनवले आहेत. त्यांची काळजी कोण घेणार? त्यांचा सांभाळ करण्यासाठी त्याने कोणाला बनवलंय?

सरश्री : एकदा एक माणूस रस्त्यानं चालला होता. त्याने फूटपाथवर एका असाहाय्य माणसाला थंडीनं कुडकुडताना पाहिलं. ते पाहून तो खूपच दुःखी झाला. त्याने आपला कोट ताबडतोब काढून त्या गरीब माणसाच्या अंगावर चढवला आणि ईश्वराकडे संतापयुक्त तक्रार केली, 'तू जर गरीब, कमजोर, लाचार लोकांना जन्माला घातलंस तर त्यांच्यासाठी काही का बनवलं नाहीस?' त्याची तक्रार ऐकून आकाशातून आवाज आला, 'अरे, त्यांच्यासाठीच तर मी तुला बनवलंय.'

अर्थात ईश्वरानं जर आजार तयार केलेत, तर ते दूर करण्यासाठी डॉक्टरही बनवले आहेत. वृद्ध, असाहाय्य, अपंग लोक पृथ्वीवर आहेत, तर त्यांच्याबद्दल लोकांमध्ये करूणेचा भावदेखील ईश्वरानं जागृत केला आहे. असेच लोक अंध, वृद्ध, निराधार स्त्रिया तसंच अनाथ मुलांसाठी आश्रम बनवतात.

समज : ईश्वरानं जर दुःख निर्माण केलंय, तर त्याचा इलाज, औषध आधीपासूनच तयार ठेवलं आहे.

प्र. १९ : **ईश्वरानं एवढ्या जास्त प्रमाणात मनुष्य (मनोशरीर यंत्र) का निर्माण केलेत?**

सरश्री : एखाद्या चित्रकाराला, 'तू एकापेक्षा जास्त चित्रं बनवू नकोस' असं तुम्ही सांगू शकता का? नाही. कारण चित्र काढणं हा त्याचा गुणच आहे. त्यामुळे प्रत्येक चित्र त्याच्यासाठी संपूर्ण अभिव्यक्तीचं माध्यम असेल आणि म्हणूनच त्याला केवळ एक चित्र बनवून समाधान लाभणार नाही. मग ईश्वर तर चित्रकारांचा चित्रकार आहे! मोजकीच माणसं बनवून त्याची अभिव्यक्ती कशी पूर्ण होणार?

समज : ईश्वर एक महान चित्रकार आहे. त्याने आपल्यासारखी चित्रं बनवली आहेत, ज्यामुळे तो स्वतःची अभिव्यक्ती करू शकेल.

प्र. २० : **ईश्वराने जगाची निर्मिती का केली? ईश्वर हे सगळं कशासाठी करतोय?**

सरश्री : ईश्वर हे सगळं आपल्या आनंदाच्या अभिव्यक्तीसाठी करतोय. तसं पाहिलं तर आनंद आणि ईश्वर एकच आहे. आनंद हाच ईश्वराचा स्वभाव असल्याने

हे आनंदामुळे घडतंय, की स्वभावापायी अशा या वेगवेगळ्या दोन गोष्टी नाहीतच. पाण्याचा स्वभाव जसा वाहत राहणं, ओलं राहणं, पारदर्शी तसंच थंड असणं आहे; त्याचप्रमाणे ईश्वराच्या स्वभावात प्रेम, आनंद, मौन, सर्जनशीलता, नवनिर्माण यांसारखे कित्येक गुण आहेत. ईश्वराने आपल्या स्वभावामुळे जगाची निर्मिती केलीय. चित्रकाराला, तू इतकी चित्रं कशाला बनवलीस? असं कधी कोणी विचारत नाही. तसंच, ईश्वरानं निर्माण केलेलं हे जग म्हणजे त्याची चित्रकला आहे. ईश्वरीय गुणांची अभिव्यक्ती आहे, ही समज मनुष्याला असणं आवश्यक आहे.

समज : कवीनं काव्यनिर्मिती करणं ही सहजप्रक्रिया आहे. अगदी तसंच, विश्व आणि विश्वातील घटना म्हणजे ईश्वराचं काव्य!

प्र. २१ : ईश्वरप्राप्ती आणि ईश्वरकृपा यांमध्ये काय फरक आहे?

सरश्री : एका निर्धन स्त्रीच्या मुलांनी सणाच्या दिवशी पंचपक्वान्नांचा हट्ट केला. पुलाव, खीर अशा स्वादिष्ट पदार्थांसाठी ती हटून बसली. त्या बाईचा नवरा आजारी होता, तसंच तिच्याकडे मुलांची इच्छा पूर्ण करता येईल इतका पैसाही नव्हता. पण बालहट्टापुढे तिचा नाईलाज झाला आणि ती किराणा दुकानात गेली. दुकानदाराला म्हणाली, 'मला तुमच्या दुकानातून सणासाठी बरंचसं सामान हवंय. मुलांनी गोडधोड खाण्याचा हट्ट धरलाय आणि माझा पती आजारी आहे.' नास्तिक असलेल्या त्या दुकानदाराने घमेंडखोरीतच त्या स्त्रीला विचारलं, 'सणासाठी तुझ्याकडून पैसे न घेता मी सामान देईनही... परंतु त्याबदल्यात तू मला काय देऊ शकतेस?' ती स्त्री नम्रतेनं म्हणाली, 'मी तुमच्यासाठी प्रार्थना करू शकते.' यावर त्या स्त्रीची खिल्ली उडवत दुकानदार म्हणाला, 'ठीक आहे, असं कर, एका कागदावर मला प्रार्थना लिहून दे.' ती म्हणाली, 'मी कालच एक प्रार्थना लिहिली होती. तो कागद माझ्याकडेच आहे.' असं म्हणून तिनं ताबडतोब तो कागद दुकानदाराला दिला. कागदाचा तो तुकडा तराजूच्या एका पारड्यात ठेवत दुकानदार मस्करीच्या स्वरात म्हणाला, 'मी या पारड्यात ठेवलेल्या कागदाच्या वजनाइतकं सामान तुला देतो... त्याचं जितकं वजन होईल, तितकं सामान तू घेऊन जा.' मग त्यानं तराजूच्या दुसऱ्या पारड्यात सामान टाकायला सुरुवात केली.

तितक्यात अशी घटना घडली, ज्यामुळे दुकानाच्या आजूबाजूला गोळा झालेले लोकदेखील आश्चर्यानं थक्क झाले. त्या कागदाच्या तुकड्याचं वजन एवढं भरभक्कम होतं, की तराजूचं दुसरं पारडं खाली आलंच नाही. दुकानदार पारड्यात सामान टाकतच राहिला. पण काही केल्या कागदाचं पारडं तसूभरही हलेना. हा चमत्कार कसा झाला, हे दुकानदाराच्याही लक्षात येईना. शेवटी त्यानं त्या स्त्रीची माफी मागितली आणि म्हणाला, 'मी आतापर्यंत ईश्वरावर विश्वास ठेवला नाही. परंतु आज मला त्याचं सामर्थ्य जाणवतंय. त्यामुळे तुम्हाला जे सामान हवंय ते घेऊन जा.' आवश्यक ते सामान घेऊन ती स्त्री निघून गेली.

हे सगळं कसं घडलं असावं, यावर दुकानदार बराच वेळ विचार करत राहिला. जेव्हा त्याने काळजीपूर्वक आपला तराजू पाहिला तेव्हा तो बिघडल्याचं त्याच्या लक्षात आलं. त्यामुळेच हे घडल्याचंही त्याला जाणवलं. पण आता तर त्याच्या आश्चर्यात आणखीच भर पडली. 'जो तराजू थोड्या वेळापूर्वी चांगला होता, तो असा अचानक नादुरुस्त कसा झाला?' असा नवीन प्रश्न त्याला पडला.

दुकानदारानं सहज म्हणून तो कागदाचा तुकडा उलगडला. त्यावर प्रार्थना होती, 'हे ईश्वरा तू मला खूप काही दिलंस. आता मला तुझ्याकडून काहीही नकोय. परंतु मी तुला ओळखू शकेन, इतकी समज (अंडरस्टँडिंग) माझ्यामध्ये येऊ दे.'

ती स्त्री जेव्हा दुकानात गेली, तेव्हा तराजू खराब होणं, यालाच 'ईश्वरकृपा' म्हटलंय, हे या कहाणीतून सांगितलं आहे.

कित्येक लोक ईश्वरकृपेलाच ईश्वरप्राप्ती समजतात. यश मिळणं, कोणाकडून तरी मदत मिळणं खरंतर ही ईश्वरकृपाच आहे. परंतु लोक या गोष्टींनाच ईश्वरप्राप्ती समजून तिथंच थांबतात. त्यामुळे अशा लोकांचा पुढचा प्रवासच होत नाही. कित्येकांची अशीही समजूत असते, की माझी सगळी कामं सहजपणे होताहेत, मला कोणत्या ना कोणत्या रूपात ईश्वर मदत करतोय म्हणजे मला ईश्वरप्राप्ती झालीय. परंतु असा विचार करणं संपूर्ण सत्य नाही.

सर्वप्रथम ईश्वराला ओळखण्याची समज मिळणं आवश्यक आहे.

अर्जुनाला श्रीकृष्णाचं दर्शन घेण्यासाठी दिव्यदृष्टी मिळाली आणि त्यानं श्रीकृष्णाचं विराट रूप पाहिलं. परंतु आपण दिव्य दृष्टीशिवायच टीव्हीवर श्रीकृष्णाची भूमिका निभावणाऱ्या अभिनेत्याला पाहून त्यालाच खरं मानतो. श्रीकृष्णाच्या ज्या रूपाची कल्पना दिग्दर्शक दाखवेल, प्रेक्षक त्यालाच खरं मानणार. म्हणून ईश्वराची प्राप्ती होईल, अशी दिव्यदृष्टी (तेजज्ञान) कोणती आहे, हे समजणं अत्यावश्यक आहे.

मनुष्यजन्म मिळणं आणि त्यातही श्वासोच्छ्वास सुरू राहणं, ही खूप मोठी कृपा आहे. परंतु लोकांना ही कृपाच वाटत नाही. पण जो माणूस मृत्यूच्या दारात आहे, ज्याचे शेवटचे श्वास सुरू आहेत, त्याला जर विचारलं, की श्वासोच्छ्वास कृपा आहे का? तर त्याचं उत्तर 'हो' असंच असेल. परंतु तंदुरुस्त लोकांमध्ये, श्वास सुरू राहणं हीदेखील कृपा असू शकते, असा विचारसुद्धा येत नाही. त्यांच्यासाठी 'कृपा' म्हणजे त्यांना मिळणारं यश, धनदौलत! परंतु जेव्हा यशकीर्तीने परिपूर्ण असलेल्या मनुष्याला विचारलं, तुला ईश्वरप्राप्ती झाली आहे का? तर तो वेगळंच काहीतरी सांगेल.

प्रत्यक्षात ईश्वराची कृपा तर सगळ्यांवर आधीपासूनच आहे. खरंतर मानवजन्म मिळणं ही कृपाच आहे; अन्यथा जन्मानंतर नवजात अर्भकाचा श्वास सुरू झाला नाही, तर सगळेच आपला श्वास रोखून बाळाचा श्वास सुरू होण्याची वाट पाहतात. याचाच अर्थ, सगळ्यांना बाळाचा श्वास घेणं, त्याचं रडणं यामध्ये कृपा जाणवते.

वरील सर्व उदाहरणांतून लक्षात येतं, की ईश्वराची कृपा होणं आणि ईश्वराची प्राप्ती होणं, या दोन वेगवेगळ्या गोष्टी आहेत.

समज : ईश्वरकृपेने गुरू मिळतात आणि ईश्वरप्राप्तीने गुरू निर्माण होतात.

प्र. २२ : ईश्वराविषयी भीती असणं आवश्यक आहे का? ईश्वर कधी नाराज होतो का?

सरश्री : ईश्वराविषयी भीती बाळगणं अनावश्यक आहे. वास्तविक, ईश्वराच्या केलेल्या कल्पनांमुळे भीती निर्माण झालीय. सगळ्यांकडून सत्कर्म करवून घेण्यासाठी समाजामध्ये ईश्वराच्या भीतीचा वापर केला गेला; परंतु देवाला

घाबरून जर कोणी चांगली कामं करत असेल, तर त्यांचं महत्त्वच उरत नाही. म्हणून ईश्वराला घाबरून नाही, तर त्याच्याविषयी समज, प्रेम, श्रद्धा, आदर ठेवून चांगली कामं करायला हवीत.

ईश्वराचा अर्थच आहे प्रेम! ते कधीही नाराज होत नाही. परंतु अशी मान्यता बनवली गेली, की देवळासमोरून जाताना आपलं लक्ष जर दुसरीकडेच असेल आणि चुकून हात जोडले नाहीत, तर ईश्वर नाराज होईल. ही झाली माणसाच्या विचाराची पद्धत! तो ईश्वरालादेखील आपल्यासारखंच समजतो आणि त्याअनुषंगानं त्याची कल्पनाही करतो. ईश्वर जर नाराज होऊ लागला तर त्याच्यात आणि मनुष्यात फरक तो काय? हो! पण ईश्वर एका गोष्टीवर नक्कीच नाराज होत असणार आणि ती म्हणजे, माणसाला असं वाटतं, की ईश्वर नाराज होतो.

समज : ईश्वराला घाबरणं हे माणसाचं अज्ञान आहे, ईश्वराची प्रार्थना करणं म्हणजे ज्ञान आहे आणि ईश्वरावर प्रेम करून त्याच्याशी एकरूप होणं हे तेजज्ञान आहे.

अध्याय
४

ईश्वर आणि आनंद कसा मिळवाल

अक्सल आनंद मिळवण्याचा मार्ग

केवळ ध्यान केल्याने मान्यता नाहीशा होत नाहीत; तर त्या समजेद्वारा विलीन होतात. पण मूळ मान्यता 'मी शरीर आहे' ही विलीन होते ती स्वध्यान केल्यानेच.

प्र. १ : ईश्वराला कसं प्राप्त कराल?

सरश्री : ईश्वर तर आधीपासूनच उपलब्ध आहे. स्वतःविषयी असणाऱ्या सगळ्या चुकीच्या समजुती तसंच मान्यता नष्ट होतील, तेव्हाच ईश्वर प्रकटेल. ज्या गोष्टी गृहित धरल्या जातात, त्यांना मान्यता म्हणतात. जसं, जीवनात विशिष्ट काम होणं म्हणजेच यश आहे... अशा प्रकारच्या कित्येक गोष्टी लोक गृहित धरतात. कारण इतरांनी त्यालाच यश म्हटलंय. त्यामुळेच लोकांना वाटतं, 'माझ्या जीवनात असं घडलं नाही, तर मी स्वतःला अयशस्वी मानेन.' इतकंच नव्हे, तर संपूर्ण जगही त्याला अयशस्वी म्हणतं आणि आश्चर्य म्हणजे अजाणतेपणाने लोक, या मान्यतेतच जगतात, की 'मला लोकांच्या हिशेबाप्रमाणे दुःखी आणि सुखी राहावं लागेल.' कारण त्यांना खऱ्या खुशीचं रहस्यच माहीत नाही.

समज : ईश्वराला मानून नव्हे, तर जाणून प्राप्त करा... बुद्धीनं नव्हे, तर त्याच्याशी एकरूप होऊन त्याला प्राप्त करा. तेव्हा आपण केवळ खूशच होणार नाही, तर स्वतःच खुशी बनाल.

प्र. २ : अस्सल आनंद कोणता?

सरश्री : कोणतंही काम पूर्ण होण्यावर अस्सल आनंद अवलंबून नसतो, तर मन रिक्त होताच त्यामागे दडलेलं सत्य प्रकट झाल्याने आनंद होतो. अचानक एखादं काम पूर्ण होताच, त्या विशिष्ट इच्छेमुळे जिवंत असणारं मन, इच्छापूर्ती होताच गळून पडतं. त्याक्षणी रिक्ततेचा जो अनुभव येतो, त्यालाच आतापर्यंत आनंद समजलं गेलंय. परंतु हा निव्वळ गैरसमज आहे, की काम झाल्यामुळे किंवा ज्या गोष्टीची अपेक्षा होती, ती मिळाल्याने आनंद झाला. अशा गैरसमजुतीमुळेच मनुष्य नवनवीन गोष्टींच्या अपेक्षा करत राहतो.

प्रत्यक्षात कोणतीही गोष्ट जी आज आनंद देत आहे, उद्या तितका आनंद देत नाही. कालांतराने तो सगळा आनंद समाप्त होतो. परंतु मनामागे दडलेल्या अस्सल सत्याला जाणल्याने तेजआनंद मिळतो. हा असा आनंद आहे, जो कधीही कमी होत नाही. हा सुख-दुःखापलीकडचा आनंद आहे आणि याविरुद्ध काहीही नाही. जसं, सफलता-असफलता. पुढे-मागे, थंड-गरम, वर-खाली, प्रेम-द्वेष, मान-अपमान, जीवन-मृत्यू इत्यादी परस्पर विरुद्धार्थी शब्द एकमेकांबरोबर जोडलेले आहेत. परंतु तेजआनंद या शब्दाच्या विरुद्धार्थी कोणताही शब्द नाही. कारण तो एक आहे. जेव्हा एकाचा शोध लागतो, तेव्हा दोहोंपासून, मान्यतांपासून मुक्ती मिळते.

समज : खोटा आनंद बाह्य कारणांनी मिळतो आणि अस्सल आनंद कोणत्याही कारणाशिवाय, आपल्या अस्तित्वाच्या जाणीवेने, सगळ्या चुकीच्या मान्यता तोडून स्वतंत्र झाल्यामुळे मिळतो.

प्र. ३ : मान्यतांपासून मुक्ती कशी मिळते?

सरश्री : समजेद्वारा मान्यतांपासून मुक्ती मिळते. मान्यता म्हणजे काही चुकीच्या समजुती आणि अनुमान. मान्यतेचा अर्थ, अशा गोष्टी ज्यावर मन विश्वास तर करतं, पण त्या खऱ्या नसतात. परंतु तरीदेखील मनुष्याला त्या वास्तव वाटतात. कारण त्याच्या आजूबाजूला असलेले सर्व लोक त्या गोष्टींवर विश्वास ठेवतात. परंतु या मान्यता ज्ञानाच्या प्रकाशात येताच, त्या नष्ट होतात. मान्यतेचा अर्थच आहे, जे प्रत्यक्षात नसूनही आपण मानतो. मान्यता

रात्रीच्या अंधारात लपून बसणाऱ्या चोराप्रमाणे आहेत. लोक केव्हा झोपताहेत आणि मी कधी डाका घालतो, या प्रतिक्षेतच चोर असतो. परंतु जेव्हा एखादा जागृत, सावध माणूस त्याच्यावर टॉर्चचा प्रकाश टाकतो, तेव्हा तो पळून जातो. अशा प्रकारे मान्यतादेखील वास्तविकतेच्या प्रकाशात समजेद्वारा बघितल्या जाताच कायमस्वरूपी पळून जातात, माघारी येत नाहीत. मान्यता नष्ट करण्यासाठी तुम्हाला कोणाशीही लढण्याची आवश्यकता नाही. कोणताही जप-तंत्र-मंत्र याची गरज नाही. त्यासाठी फक्त सत्याची समज असणं पुरेसं आहे. म्हणून स्वतःलाच विचारा, 'मी अशी कोणती मान्यता मनात बाळगलीय, ज्यामुळे दुःखी होतोय?' मग त्यांचं सत्याच्या प्रकाशात अवलोकन करा.

समज : मान्यता म्हणजे पिंजरा आणि समज त्या पिंजऱ्याची चावी.

प्र. ४ : **लोकांमध्ये कोणकोणत्या मान्यता आहेत?**

सरश्री : लोकांनी वेगवेगळ्या मान्यता, पूर्वग्रह बनवले आहेत. जसं, स्वर्ग-नरकाची मान्यता, जीवन-मरणाची मान्यता, जगण्याच्या पद्धतीची मान्यता, विशिष्ट प्रकारच्या वेशभूषांची मान्यता, चांगल्या-वाईटाची मान्यता, व्रत-उपवासाच्या मान्यता, धर्माची, कर्मकांडांची मान्यता. याशिवाय झाडू उलटा ठेवायचा नाही, काळे कपडे परिधान करणे अपशकुन आहे, आरसा फुटणे अशुभ आहे, तळहात खाजत असल्यास धन मिळतं, मांजर आडवं जाणं अशुभ आहे, मीठ हातावर घेतल्यास भांडणं होतात, खूप हसल्यास रडावं लागतं, यांसारख्या शेंडा ना बुडूख असलेल्या मान्यतादेखील लोकांनी बनवल्या आहेत, ज्या वरवरच्या मान्यता आहेत. याशिवाय लोकांनी ईश्वराच्या आकाराचीदेखील मान्यता बनवली आहे.

समज : प्रत्येक देश, प्रांत, धर्म, भाषेनुसार लोकांच्या गरजा वेगवेगळ्या आहेत. परिणामतः सगळ्यांनी आपापल्या सोयींनुसार काळ, स्थान आणि सुरक्षा लक्षात घेऊन वेगवेगळ्या मान्यता बनवल्या आहेत.

प्र. ५ : **खोलवर रुजलेल्या मान्यता कोणत्या आहेत?**

सरश्री : 'स्वर्ग-नरक आकाशात असतात', 'या जन्मातील कर्मांची फळं पुढच्या जन्मात मिळतात', 'ईश्वर नाराज होतो', 'लोक वाईट असतात', 'पैसा आणि वेळेची कमतरता असते', 'मी हिंदू, मुसलमान, शीख, पारशी, स्त्री,

पुरुष किंवा काळा, गोरा आहे,' या खोलवर रुजलेल्या मान्यता आहेत.

समज : प्रत्येक प्रकारच्या मान्यतेपासून मिळणारी मुक्ती ही माणसाला स्थायी आनंदाकडे (ईश्वराकडे) वेगाने घेऊन जाते.

प्र. ६ : सर्वांमध्ये मूळ मान्यता कोणती आहे?

सरश्री : सर्वांमध्ये मूळ मान्यता 'स्व'ची आहे. मूळ मान्यताच मान्यतारूपी झाडाचं मूळ आहे. जसं, मी शरीर आहे, मी मन आहे, बुद्धी आहे. ज्ञानाअभावी प्रत्येक माणूस स्वतःला शरीर मानतो. पण प्रत्यक्षात तो, 'हे माझं शरीर आहे' असंच म्हणतो. आता ही विचार करण्याची, मनन करण्याची गोष्ट आहे. माणूस जेव्हा, 'हे माझं शरीर आहे,' असं म्हणतो तेव्हा याचा अर्थ, 'मी या शरीरापासून वेगळा आहे' असा होतो. जसं, माझे कपडे मी होऊ शकत नाहीत. माझे कपडे जेव्हा काही कारणांमुळे फाटतात, तेव्हा, 'मी फाटलो' असं मी म्हणत नाही; तसंच माझं शरीर मी होऊ शकत नाही. परंतु शरीरात वेदना होताच माणूस म्हणतो, 'मला वेदना होताहेत.' पण असं म्हणणं तर अतिशय चुकीचं आहे! हीच आहे 'मूळ मान्यता.' वास्तविक आपण वस्त्र नाही, वस्त्राचा उपयोग करणारे आहात. आपण शरीर नाही, शरीराला चालविणारे चालक आहात.

या सगळ्या मान्यता म्हणजे पिंजरा आहेत. यातून बाहेर पडणं गरजेचं आहे. त्यानंतरच माणसाला अस्सल आनंद मिळू शकतो. यासाठी आवश्यकता आहे ती समज प्राप्त करण्याची. समज (अंडरस्टॅण्डिंग) हीच मान्यतारूपी पिंजऱ्याच्या कुलुपाची चावी आहे.

समज : मूळ मान्यता आहे, मान्यतांच्या वृक्षाचा पाया. या पायावर, मुळावर घाव घालताच मान्यतांचा वृक्ष उन्मळून पडतो आणि आत्मसाक्षात्कार घडतो.

प्र. ७ : या मान्यता नष्ट होण्यासाठी ध्यानविधींची मदत घेतली जाते का? असल्यास, आम्ही कोणतं ध्यान करणं आवश्यक आहे?

सरश्री : केवळ ध्यानाने मान्यता नष्ट होत नाहीत, तर त्या नष्ट होतात समजेद्वारा आणि मूळ मान्यता 'मी शरीर आहे' ही विलीन होते स्वध्यानद्वारा. स्वध्यान म्हणजे स्वतःची विचारपूस. ही विचारपूस प्रत्येकाने प्रामाणिकपणे करायला हवी. प्रत्येक ध्यानविधी हा स्वध्यानापर्यंत घेऊन जाण्यासाठी बनवला आहे; परंतु 'स्व-चौकशी' तुम्हाला थेट स्वध्यानापर्यंत घेऊन जाते.

ध्यान आणि स्वध्यान यांमध्ये फरक आहे. आज असंख्य लोक अनेक ध्यानविधी करतात. परंतु 'स्वध्यान' करणारे अत्यल्प आहेत. ध्यानाच्या ११२ पद्धती सांगितल्या आहेत. जसं, तीक्ष्ण कान असणाऱ्यांसाठी, आवाजाची विधी सांगितली आहे. यामध्ये 'दोन आवाजांदरम्यान जी रिक्तता (गॅप) आहे, ती जाणा. तिच्यावर लक्ष केंद्रित करा' असे हा विधी सांगतो. तीक्ष्ण नजर असणाऱ्यांसाठी वेगळी पद्धती सांगितलीय. ज्यांची कल्पनाशक्ती चांगली आहे, त्यांच्यासाठी वेगळी; तर ज्यांची जीभ संवेदनशील आहे, त्यांच्यासाठी स्वादाद्वारे अनुभवापर्यंत पोहोचण्याची पद्धती बनवली गेली. संवेदनशील त्वचा असणारे शरीराच्या आधारे सूक्ष्म संवेदना पकडू शकतात. ज्यांचे कान आणि नाक दोन्हीही तीक्ष्ण आहेत, त्यांच्यासाठी वेगळी पद्धती सांगितली गेली, तर ज्यांचे कान कमकुवत आहेत, त्यांच्यासाठी वेगळी पद्धती. अशा एकूण ११२ ध्यानविधी, ध्यानपद्धती आहेत. त्यातही दोन भाग आहेत : १. वैज्ञानिक २. आध्यात्मिक.

यंत्रांचा उपयोग ज्या पद्धतींमध्ये केला जातो, त्या आहेत वैज्ञानिक पद्धती. मेंदूची सद्यस्थिती (अल्फा, बीटा, थीटा, डेल्टा) कोणती आहे याविषयी ही यंत्रं सांगतात. अल्फा स्थितीची सायकल एका सेकंदात ७ ते १४ अशी असते. यामध्ये माणसाला समाधीशी मिळती-जुळती अवस्था अनुभवायला मिळते. म्हणूनच याला अल्फा ध्यान म्हणतात.

वैज्ञानिक पद्धती – १. अल्फा ध्यान (Alpha Meditation) २. ट्रान्स-संमोहन ध्यान (Hypno Meditation) ३. दिशायुक्त कल्पना दृष्टी ध्यान (Visual Meditation).

आध्यात्मिक पद्धती – १. योगा ध्यान (Yoga Meditation) २. भावातीत ध्यान ३. विचारांचं साक्षी ध्यान (Thought Witnessing Meditation) ४. आनापान ध्यान (Breathing Meditation) ५. विपश्यना ध्यान (Vipassan Meditation) ६. दृश्य ध्यान (Eagle Meditation) ७. श्रवण ध्यान (Listening Meditation) ८. प्रकाश ध्यान (Light Meditation) ९. कुंडलिनी ध्यान (Chakras Meditation) १०. स्वप्न ध्यान (Dream Meditation) ११. हृदय ध्यान (Heart Meditation) १२. नाभि ध्यान (Navel Meditation) १३. चालण्याचं ध्यान (Walking Meditation) १४. सोहम् ध्यान (Soham Meditation) १५. मंत्र ध्यान (Mantra Meditation)

१६. झेन कोन ध्यान (Zen Koan Meditation) १७. आवाज ध्यान (Sound Meditation) १८. बैठक ध्यान (Sitting Meditation) १९. व्हर्लिंग ध्यान (गोल फिरणं) (Sufi Meditation) २०. नाद ब्रह्म ध्यान (Holy Sound Meditation) २१. झिरो इंच ध्यान (Faceless Meditation) २२. निरीक्षण ध्यान (Nothing Meditation) २३. स्व-जागृती ध्यान (Self Awarness Meditation) २४. इच्छा मुक्ती ध्यान (Freedom From Desires Meditation) २५. मी आहे ध्यान (I am Meditation) २६. स्व-उपस्थिती ध्यान (Self Presence Meditation) २७. निराकार ध्यान (Formless Meditation) २८. समाधी ध्यान (Samadhi Meditation) २९. अशरीर ध्यान (Bodiless Meditation) ३०. स्मरण ध्यान (Rememberance Meditation) ३१. दिशा ध्यान (Direction Meditation) ३२. पिरॅमिड ध्यान (Pyramid Meditation) ३३. काहीही नाही ध्यान (White Meditation) ३४. कूट प्रश्न ध्यान (Puzzle Meditation) ३५. स्वीकार ध्यान (Acceptance Meditation) ३६. अंतराळ ध्यान ३७. तटस्थ ध्यान ३८. विचार क्रमांक ध्यान (Thought Numbering Meditation) ३९. जाऊ दे ध्यान (Releasing Meditation) ४०. निर्विचार ध्यान (Thoughtless Meditation) ४१. नेति-नेति ध्यान (Not this-not that Meditation) ४२. महाशून्य ध्यान (Nothingness Meditation) ४३. शांती ध्यान (Peace Meditation) ४४. पंचतत्त्व ध्यान ४५. क्षमता ध्यान (Capability Meditation) ४६. निरंतर ध्यान (Enternal Meditation) ४७. ग्रहणशील ध्यान (Prayer in action Meditation) ४८. सरगम ध्यान (Thought Rhythm Meditation).

या ध्यानविधींचा खरा उद्देश शरीरापलीकडे जाणं हा आहे. या ध्यानपद्धतींशिवाय स्वतःला जाणण्याची इच्छा असल्यास अत्यंत सहज आणि महत्त्वपूर्ण असा श्रवणाचा मार्गही आहे. त्यासाठी गरज आहे ती प्रत्यक्ष ऐकण्याची (सत्य श्रवणाची) आणि ते समजण्याची. अन्यथा, ध्यानविधींमध्ये गुरफटून माणसाचं मन स्थूल आणि बुद्धी अहंकारी बनण्याची शक्यता असते. सिद्धींमध्ये अडकण्याचा हा सगळ्यांत मोठा धोका आहे. माणूस दुसऱ्या मार्गावरून केव्हा चालायला लागला, हे त्याचं त्यालाही

समजत नाही. खरंतर हा प्रवास, ध्यानाच्या आधारे स्वध्यानापर्यंत म्हणजे एकाग्रतेनं स्वध्यानापर्यंत पोहोचण्याचा होता. परंतु माणूस केव्हा सिद्धींमध्ये फसतो, हे त्याचं त्यालाही समजत नाही. तेव्हा, विर्धींची मदत घ्या. परंतु त्यांच्यात न गुरफटता स्वध्यान करा.

स्वध्यानाने मूळ मान्यता तुटते. 'समजेसह स्वतःची विचारपूस' हे सगळ्यांत मोठं स्वध्यान आहे. यामध्ये 'ध्यानाचं ध्यान' पहिल्यांदा शिकवलं जातं. आपलं ध्यान (अटेंशन) मायेच्या बाजूनं आहे, की सत्याच्या? सत्याला ध्यानाची जोड देण्यासाठी 'स्वतःची विचारपूस (सेल्फ इन्कायरी)' सगळ्यांत उत्तम पद्धती आहे. यामध्ये 'मी कोण आहे?' या प्रश्नापासून सुरुवात होऊन शेवट तेजमौनावर होतो.

साधक जेव्हा स्वतःची चौकशी समजेशिवाय करतो, तेव्हा या स्वध्यानामुळे जे परिणाम अपेक्षित आहेत, ते मिळत नाहीत. त्यामुळे सगळ्यांत आधी चौकशीची चौकशी करा. सत्यप्राप्तीचे आणखी कोणते मार्ग आहेत हेदेखील माहिती करून घ्या; परंतु हे जाणून घेतल्यानंतर ताबडतोब स्वतःची चौकशी न करता अगोदर आपल्या शरीराची (मनोशरीर यंत्राची) विचारपूस करायची आहे. याची पद्धत वेगळी असल्याने सुरुवातीला शरीराची, मनाची आणि त्यानंतर स्वतःची (सेल्फची) चौकशी करा. मनोशरीर यंत्राची विचारपूस पूर्ण झाल्यानंतर स्वतःची चौकशी करा. या पद्धतीमध्ये जे संकेत दिलेले आहेत, ते समजून घ्या. तुम्ही याचा जितका जास्त अभ्यास कराल, तितकीच तुमची अंतर्दृष्टी जागृत, विकसित होईल. त्याचबरोबर तुम्हाला काही प्रश्नही पडतील. या प्रश्नांचं निरसन अनुभवावर स्थापित असणाऱ्या गुरूंकडून करून घ्यायला हवं. निरंतरपणे स्व-चौकशी करत समज वाढवत राहा. यालाच 'समजेसह स्व-चौकशी' असं म्हटलंय.

समज : समजेशिवाय ही विचारपूस अर्थहीन आहे. या मार्गावरून लोक चालतात, परंतु शिखरापर्यंत खूप कमी पोहोचतात. याचं कारण म्हणजे समजेचा अभाव. या साधनेमध्ये (स्वध्यानात) निखळलेली कडी म्हणजे 'समज.' समजेमुळे या साधनेला पूर्णता मिळते.

खंड ३

मी कोण नाही

मी कोण नाही
योग्य मार्ग

आपल्या त्वचेच्या आत असणारा 'मी' आहे आणि या त्वचेच्या बाहेर जो आहे तो 'मी' नाही, यावर आपण जेव्हा विश्वास ठेवता, तेव्हा 'स्व-चौकशी' आपल्या विश्वासाला तडा देते, तो नाहीसा करते.

प्र. १ : आत्मसाक्षात्काराच्या अनेक पद्धती सांगितल्या आहेत. आपण कोणता मार्ग अवलंबला पाहिजे?

सरश्री : आत्मसाक्षात्कारासाठी असंख्य पद्धती असल्या तरी त्यांचं विभाजन दोन मुख्य भागांमध्ये होऊ शकतं. परंतु प्रत्यक्षात तर एकच मार्ग आहे... कृपा! हाच एकमेव पथ आहे. ईश्वरकृपेनं गुरू लाभतात, तर गुरूकृपा झाल्यानं ईश्वरप्राप्ती होते. परंतु सुरुवात व्हावी म्हणून, साधकाच्या सुविधेसाठी, त्याचं दोन मुख्य मार्गांमध्ये विभाजन केलं आहे.

प्र. २ : हे दोन मार्ग कोणते आहेत?

सरश्री : पहिला मार्ग आहे समर्पणाचा. हे जग कसं अविरत चालतं, सगळी कामं कशा प्रकारे होताहेत, हे विश्व कसं स्वचलित व स्वघटित आहे, याचं ज्ञान

जर योग्य गुरूंकडून मिळालं, तर अहंकार नाहीसा होईल आणि अहंकार गळून पडताच सत्य प्रकटेल. सत्य म्हणजे तेच, ज्याला ईश्वर, खुदा, सेल्फ, साक्षी अशी विविध नावं दिलेली आहेत.

प्र. ३ : **ध्यान किंवा सेवा ही दुसरी पद्धत आहे का?**

सरश्री : नाही. ध्यान किंवा सेवा करताना ध्यानी किंवा सेवकाला नेहमीच उपस्थित राहावं लागतं. ध्यान अथवा सेवा केल्यानंतर ध्यानी किंवा सेवक (मन) परत येतं. मन ध्यानाचा किंवा सेवेचा अहंकार बाळगतं, श्रेय (क्रेडिट) घेतं. श्रेयाचा फेटा आपल्या डोक्यावर बांधतं. मन म्हणतं, 'मी ध्यान केलं... मी सेवा केली.' ध्यान आणि सेवेचं कर्तेपण ते स्वतःकडे घेतं. अशा प्रकारे मन गळून पडण्याऐवजी, नष्ट होण्याऐवजी आणखीच पुष्ट, स्थूल होत जातं. स्थूल मनामुळे सत्यप्राप्तीत खूप अडथळे निर्माण होतात.

प्र. ४ : **मग दुसरी पद्धत जप-तप, कर्म, तंत्र यांपैकी कोणतीही नसेल, कारण त्या मार्गांमध्येही तीच चूक होण्याची शंका आहे ना!**

सरश्री : हो, मन जोपर्यंत 'मी करतो' या मान्यतेत आणि अज्ञानात आहे, तोपर्यंत ते अधिकाधिक पुष्टच बनत जाणार. जपस्वी, तपस्वी, तांत्रिक, मांत्रिक अशा विविध रूपांमधून आपल्या अहंकाराला प्रोत्साहन देतच राहणार. हा अहंकार तोडण्यासाठी गुरूंची आवश्यकता भासते. या कार्यामध्ये गुरू निमित्त बनतात.

प्र ५ : **मग दुसरा मार्ग भक्तीचा आहे का?**

सरश्री : नाही, भक्ती तर समर्पणाच्या मार्गावर येते. भक्ती म्हणजे स्वीकार, धन्यवाद, प्रशंसा, आश्चर्य. यानंतर मनाकडे अहंकार जोपासण्यासारखं काहीही शिल्लक राहत नाही. भक्ती तर पहिल्या प्रकारात येते.

प्र. ६ : **कृपया दुसऱ्या मार्गाविषयी सांगावं.**

सरश्री : दुसरा मार्ग आहे 'विचारपूस' किंवा 'चौकशीचा.' समजेसह स्वतःची विचारपूस करण्याचा.

प्र. ७ : **ही कोणती पद्धत आहे? याविषयी मी कधी ऐकलंही नाही.**

सरश्री : हा असा मार्ग आहे, ज्यावर कमीतकमी लोक मार्गक्रमण करतात, चालतात. म्हणून त्याविषयी फारशी माहिती नसावी. परंतु एखादी गोष्ट आपल्याला माहिती नसल्यास ती अस्तित्वातच नाही, असा त्याचा अर्थ होत नाही.

वास्तविक, अगोदर ती गोष्ट जाणून घ्यायला हवी, ज्यामुळे तिच्याविषयीची समज येईल. यासाठीही योग्य समज देणाऱ्या गुरूंची आवश्यकता असते. गुरूकृपेनं 'तेजसमज' मिळते. या समजेच्या साहाय्यानं 'स्व-चौकशीचा' अभ्यास करायला हवा. आपल्याला, 'मनोशरीर यंत्राची' आणि 'स्वतःची' अशी दोन प्रकारे विचारपूस करायची आहे. यामुळे आत्मसाक्षात्कार आणि स्वस्थिरता (सेल्फ स्टॅबिलायझेशन) या दोघांवरही कार्य होतं. आपल्याला या दोहोंचा लाभ घ्यायचा आहे.

प्र. ८ : स्व-स्थिरता महत्त्वपूर्ण का आहे?

सरश्री : अनुभवप्राप्ती ही सुरुवात असून, त्यावर स्थापित होणं, ही अंतिम बाब आहे.

मौनामध्ये मनाचा मृत्यू

प्र. ९ : कृपया स्व-चौकशीची पद्धत सविस्तर सांगावी.

सरश्री : या पद्धतीत अशा मनावर शंका (संशय) घ्यायचीय, जे सगळ्या जगावर संशय घेतं. जग कोणी बनवलं? केव्हा बनवलं? माझ्या मृत्यूनंतर मी कुठे जाणार आहे? मी जन्म का घेतला? माझं उद्दिष्ट काय?... असे अनंत प्रश्न विचारतं, ते आपलं मनच! तुम्ही जेव्हा स्वतःला विचारायला लागता, की हे प्रश्न कोण विचारत आहे, तेव्हा मन पहिल्यांदा विलीन होतं, मन न-मन होऊ लागतं.

स्वतःची विचारपूस करताना, 'मी कोण आहे?' हा स्वतःलाच विचारलेला प्रश्न माणसासाठी आरसा (प्रतिबिंब) बनतो. समजेसह आणि प्रामाणिकपणे स्वतःची चौकशी केल्यास भविष्यात हाच प्रश्न मनुष्यासाठी उत्तरामध्ये रूपांतरित होऊ शकतो. या अवस्थेपर्यंत पोहोचण्यासाठी, या प्रश्नाची पुनरावृत्ती कोणत्या समजेसह करणं गरजेचं आहे, हे समजून घ्यावं लागेल. हीच गोष्ट तुम्हाला शिकायची आहे.

'स्व-चौकशीच्या' सुरुवातीची अवस्था तळ्याच्या काठावरून पाण्यात डोकावणाऱ्या माणसासारखी असते. तळ्यामध्ये त्याला झाडं, डोंगर, आकाश, डोंगरांतून कोसळणारे धबधबे असं सगळं दिसत असतं. तितक्यात त्याला अचानक शिफ्टिंग मिळते आणि त्याचं लक्ष तलावात पडणाऱ्या आपल्या प्रतिबिंबाकडे जातं. तत्क्षणी त्याला इतर गोष्टी दिसणं बंद होतं. यानंतर तो 'स्वतः' प्रकटतो. खरंतर आधीही तो होताच. पण

त्यावेळी तलावात तो इतर गोष्टी पाहत होता, तेव्हा तो 'स्व'वर नव्हता. सर्व गोष्टींवरून लक्ष दूर करून जेव्हा स्वतःवरच केंद्रित केलं जातं, तेव्हा माणसाला स्वतःचं दर्शन घडतं.

स्व-चौकशी, स्वतःवर परतण्यासाठी मदत करते. 'मी कोण आहे?' ही शिफ्टिंग मिळताच, सगळं बदलतं. कारण तेव्हाच शरीर तुमचा आरसा बनायला लागतं.

प्र. १० : स्वतःची चौकशी केल्यामुळे मन न-मन का होतं?

सरश्री : तुम्ही जेव्हा विचारता, 'कोण मरणार?', 'कोण जाणणार?' तेव्हा मन नाईलाजानं अंतर्मुख होतं आणि आत तर परममौन आहे. या मौनामध्ये मनाचा मृत्यू होतो. अंतर्यामी गेल्यानंतर, पहिल्यांदा समजतं, की मन नावाची गोष्टच नाहीये आणि जे अस्तित्वात नाही, तेच आपल्याला त्रास देत होतं. आहे ना आश्चर्याची गोष्ट!

ही बाब आश्चर्याची तर आहेच, शिवाय अतिशय गंमतीचीही! अस्तित्वात नसलेलीच गोष्ट केवळ आभासामुळे दुःख भोगण्यासाठी विवश करते. म्हणूनच तिला 'माया' म्हटलंय. माया म्हणजे केवळ धन, संपत्ती नव्हे. तर, दोन गोष्टींच्या एकत्रीकरणातून तिसऱ्या गोष्टीची (जी प्रत्यक्षात नाही तिची) निर्मिती होय. गुरू आपल्याला मायेपासून मुक्त करण्यासाठी विचारपूस करायला शिकवतात. त्यामुळे मायेचं रहस्य उलगडतं आणि शिल्लक राहतात ते केवळ धन्यवादाचे, प्रशंसेचे, आश्चर्याचे भाव...

पांढऱ्या रंगाची लिली असते. तिला हिंदीत 'कुमुदिनी' म्हणतात. हे लिलीचं फूल दोऱ्यात ओवलं जातं. वास्तवात दोरा आणि पांढरं फूल या दोन्ही वेगवेगळ्या गोष्टी आहेत. लिलीची सुंदर फुलं आणि दोरा यांच्या एकत्रीकरणाला, संयोगाला तुम्ही गजरा म्हणता. आता, हा 'गजरा' शब्द कुठून आला, असं विचारलं तर? प्रत्यक्षात, दोन गोष्टी एकत्र येऊन गजरा हा शब्द तयार झाला आणि आपण बोलताना काय म्हणतो...? 'हा हार घ्या..., गजरा घ्या...' परंतु अस्सल बाब कोणी विचारत नाही. आजपर्यंत तुम्ही कधी विचारपूस केलीच नाही. कधी गजऱ्याची विचारपूस केलीय? हाराची चौकशी केलीय? नाही...

फुलं होती, तेव्हा गजरा नव्हता आणि जेव्हा दोरा होता, तेव्हादेखील

गजरा नव्हता. मग असं काय घडलं, म्हणून गजरा तयार झाला? हा गजरा माळला गेला? आणि जेव्हा तो गजरा सुकला तेव्हा फुलं सुकली, असं न म्हणता तुम्ही, 'गजरा सुकला म्हणजे गजरा मेला.' असं म्हणता. त्याचप्रमाणे माणूस जन्माला आला आणि मरण पावला, परंतु मनुष्य होता कोण? ज्यावेळी त्या माणसाची चौकशी होईल, त्यावेळी रहस्य प्रकटेल. मनाला स्वतःची चौकशी करण्याची अशी सवय नसते. ते तर कायम इतरांचंच विचारत राहतं, 'हा असा का वागतो? तो तसा का करतो? हे चूक आहे... ते पण चुकीचंय..., हा असा आहे, तर तो तसा...' अरेच्चा! पण सगळ्यांत महत्त्वाची गोष्ट म्हणजे हे सगळं जो बडबडतोय, तो नेमका कोण आहे? समजेसह त्याची अगोदर विचारपूस करा. चौकशीला सुरुवात होताच आश्चर्यकारकरीत्या रहस्य प्रकटतील. प्रत्यक्षात गजरा, माळ किंवा हार नावाची गोष्टच अस्तित्वात नाही. ही तर दोन वस्तूंच्या संगमातून तिसऱ्याची निर्मिती आहे आणि ती तिसरी गोष्ट दुःखी होते, खूश होते, कोमेजते... जी गोष्ट नाहीच, तीच कोमेजते. आहे ना मजेशीर गोष्ट!

प्र. ११ : **काय सांगता, मन अस्तित्वातच नाही?**

सरश्री : हो, हीच तर माया आहे. मन म्हणजे केवळ विचारांचं गाठोडं, विचारांचा ढीग... सगळे विचार आपल्या स्मृतीमध्ये (मेमरीमध्ये) ठसतात आणि त्यामुळे आपल्याला मनाचं अस्तित्व समजतं. हे सगळे विचार समुद्रातील लाटांप्रमाणे आहेत. लाटा जेव्हा सागरात विलीन होतात, तेव्हा तो शांत होतो. त्याचप्रमाणे मान्यतांपासून मुक्त झालेले विचार त्या परममौनात (सेल्फमध्ये) विलीन होतात, तेव्हा मनाचा मृत्यू होऊन निरंतर शांती लाभते.

मी कोण नाही

प्र. १२ : **स्व-चौकशीची सुरुवात कशी करावी?**

सरश्री : योग्य सुरुवात करण्यासाठी शक्य झाल्यास अगोदर आपल्या शरीराविषयी काही आवश्यक बाबी समजून घ्या. आपलं शरीर बाहेरून एकच आहे असं वाटतं, परंतु याचे चार स्तर आहेत. जसं, चार मिनार मिळून सुंदर इमारत बनते. चार मिनार अर्थात आपली चार शरीरं. या चार मिनारांचा आपल्याला उपयोग करायचाय. या चारही शरीरांमध्येच पाचवा आहे, ज्याला ईश्वर, अल्ला, सेल्फ किंवा साक्षी म्हणतात. आपल्या शरीराचे; अन्नमयी शरीर,

मनोमयी शरीर, प्राणमयी शरीर आणि विज्ञानमयी (विवेकमयी) शरीर असे चार स्तर आहेत. या चार मिनारांच्या दरम्यान जे पाचवं आहे, त्याला 'आनंदमयी शरीर' म्हटलंय. शरीराच्या चार मिनारांदरम्यान जो अनुभव आहे, तो प्रकट करण्यासाठी या चारही शरीरांचा उपयोग केला जातो. ही शरीरं कशी काम करतात, शिवाय मन आणि साक्षी यांच्याविषयी समजून घेतल्याने या सर्व गोष्टी स्वतःची विचारपूस करण्यासाठी उपयुक्त ठरतील.

प्र. १३ : या सगळ्या गोष्टी न जाणताच, 'मी कोण आहे?' हा प्रश्न मी विचारू शकतो का?

सरश्री : नाही. अगोदर 'मी कोण नाही?' हे विचारा. त्यानंतर तुम्ही जे आहात, फक्त तेच शिल्लक राहतं. 'मी कोण नाही' विचारल्याचा परिणाम काय होतो, हे एका कहाणीद्वारे तुम्हाला समजेल.

एका स्त्रीनं आजारपणात एक स्वप्न पाहिलं. स्वप्नात ती दरवाज्यासमोर उभी राहून, 'मला आत येऊ द्या,' असं म्हणत होती. आतून तिला विचारण्यात आलं, 'तू कोण आहेस?' त्यावर ती म्हणाली, 'मी मंत्र्याची पत्नी आहे.' तेव्हा तिला सांगितलं, 'अगं, तुझ्या नवऱ्याबद्दल कोण विचारतंय? तू कोण आहेस हे सांग.' मग ती म्हणाली, 'मी चार मुलांची आई आहे.' तिला पुन्हा विचारण्यात आलं, 'तुझ्या मुलांबद्दल कोण विचारतंय? तू कोण आहेस?' तेव्हा तिनं उत्तर दिलं, 'शिक्षिका.' त्यावर तिला विचारण्यात आलं, 'तुझ्या व्यवसायाबद्दल तुला कोणीच विचारत नाहीये, तू कोण आहेस हे सांग.' 'आपल्याला सारखं हे काय विचारलं जातंय?' या विचारानं ती घाबरली. पुन्हा एकदा हाच प्रश्न विचारल्यावर ती म्हणाली, 'मी ख्रिश्चन आहे.' त्यावर तिला सांगण्यात आलं, 'तुझ्या धर्माबद्दल विचारलेलं नाहीये. कोण आहेस तू?' या प्रश्नाचं उत्तर ती शेवटपर्यंत देऊ शकली नाही. घाबरलेली असतानाच तिला जाग आली. डोळे उघडताच तिचं संपूर्ण जीवन बदलल्याचं तिला जाणवलं. याचप्रमाणे आपलेही नेत्र स्वतःला जाणल्यानंतर उघडतील आणि मग सुरू होईल प्रेम, आनंद आणि मौन.

तुम्ही सायकल कशाला म्हणता? चाक म्हणजे सायकल आहे का? नाही, चाक सायकल नाही. मग हँडल म्हणजे सायकल? नाही, तेपण नाही. तसंच पायडल सायकल होऊ शकत नाही, बसण्याचं सीटही सायकल नाही.

मग सायकल म्हणजे काय? तर तो सुविधेसाठी दिलेला एक शब्द आहे. त्याचप्रमाणे 'मी' हादेखील आपल्या सोयीसाठी दिलेला एक विचार आहे. तुम्हाला या 'मी'चीच चौकशी करायची आहे. वरील गोष्टी समजल्यानंतर विचारपूस करा आणि सर्वप्रथम 'मी कोण नाही?' हे विचारा.

* मी हे शरीर नाही (कारण जेव्हा मी म्हणतो, हे माझं शरीर आहे, तेव्हा ते माझं असतं, मी नसतं).
* माझी स्कूटर मी नाही (कारण मी स्कूटर चालवतो).
* माझं घर म्हणजे मी असूच शकत नाही (कारण माझ्या घरी या, असं मी म्हणतो. माझ्यात या, असं नाही म्हणत).
* या शरीराची पंचेंद्रियं (नाक, कान, डोळे, जीभ, त्वचा) मी नाही, तर मी या इंद्रियांचा वापर करणारा आहे.
* मी म्हणजे इंद्रियांशी संबंधित वस्तू (रंग, रूप, आवाज, सुगंध, स्वाद, स्पर्श) नाही.
* मी, श्वासही नाही, ज्यामुळे हे मनोशरीर यंत्र चालतं.
* मी, मनही नाही, जे विचार करतं, मला काय व्हायचंय.
* मी, बुद्धीही नाही, जी गाढ झोपेत शरीरासह गायब होते.

आता तुम्ही कोण आहात, ते जाणून घ्या

प्र. १४ : हे सर्व मी नाही, तर मग जो फक्त मी असेन, असं शिल्लक काय राहिलं?

सरश्री : तुम्हीच तर शिल्लक राहिलात!

* तुम्हीच होता पंचशरीर आणि बुद्धीचे मालक. तुम्हीच आहात मनाचे (विचारांचे) साक्षी.
* आता तुम्ही प्रत्येक लेबल, बिरूदांच्या पलीकडे आहात.
* तुम्ही जर शरीर नाही, तर मग इंजिनिअर, डॉक्टर, नेता, विद्यार्थी कुठे राहिलात?
* तुम्ही जर शरीर नाहीच, तर भाऊ, बहिण, आई-वडील, मित्र, पती, पत्नी, शिष्य, गुरू कसे?

मी मन नाही
इंद्रियं मी नाही
मी श्वास नाही
मी शरीर नाही
मी बुद्धी नाही
माझे घर मी नाही
मी कोण आहे
माझी स्कूटर मी नाही
मी कोणी नाही

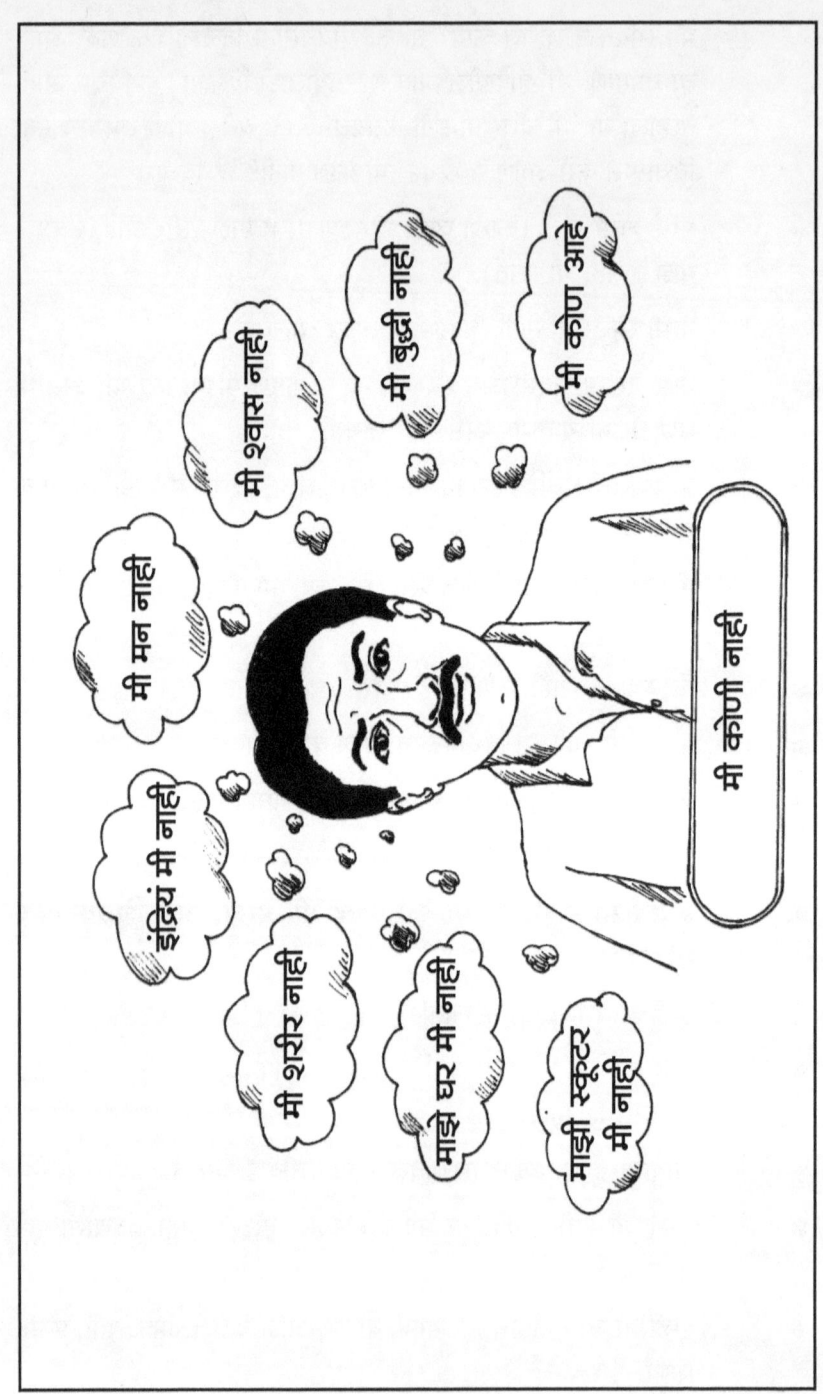

* तुम्ही जर शरीर नाही, तर काळे, गोरे, ठेंगणे, जाड, उंच, आजारी किंवा निरोगी तरी कसे असू शकता?

* तुम्ही जर शरीर नाही, तर मग कुठे आहात मराठी, गुजराती, सिंधी, पंजाबी, मद्रासी, पारशी किंवा मारवाडी?

* तुम्ही जर शरीर नाही, तर कसे असाल हिंदू, मुस्लिम, शीख, ख्रिश्चन, चिनी, बौद्ध, जैन, पारशी किंवा जपानी?

* तुम्ही जर शरीर नाही, तर हसतमुख, हुशार, मंद, सकारात्मक, चपळ, प्रामाणिक, दयाळू आणि सुस्त तरी कसे असू शकाल?

मग आता केवळ तुम्हीच तर शिल्लक आहात विशुद्ध, पवित्र, रंगरूपाच्या कल्पनेशिवाय असलेले. आपल्या या खऱ्या रूपाचा स्वीकार करा, ते जसं आहे, तसंच स्वीकारा. प्रत्यक्षात आपण जे नाही, तेच बनून बसलो आहोत. आता वेळ आली आहे आपल्या चेतनेमध्ये स्थापित होण्याची, आपण जे आहोत ते बनण्याची, तेजसाक्षीची, स्वसाक्षीची, तेज अहम्ची, तेजम्ची, तेज 'मी'ची, सत्चित् आनंदाची.

तेजम् किंवा सत्चित् आनंद

प्र. १५ : तेजम् म्हणजे काय? किंवा तेजसाक्षी कोणाला म्हणतात?

सरश्री : अहम्चा अर्थ आहे 'मी.' तेज अहम्चा अर्थ आहे, असा 'मी', जो तू आणि मीच्या पलीकडे आहे. म्हणजेच अव्यक्तिगत मी (Impersonal I), जो सगळ्यांमध्ये असून, सगळे त्याच्यात सामावलेले आहेत.

प्र. १६ : या तेजम्चा गुणधर्म कोणता?

सरश्री : याचा कोणताही गुण शब्दांत सांगता येत नाही, परंतु सांगणाऱ्यांनी याला 'सत्चिदानंद' शब्द दिलाय. सत् म्हणजे सत्य, म्हणजे मनामागील मौन. चित् म्हणजे या सत्यासोबत चित्त (मन) जोडून मनुष्य बनला आणि त्यानंतरच आनंद प्रकटला. कोणतेही पशु-पक्षी, जनावरं किंवा झाडं, वेलींमध्ये ही शक्यता नाही. म्हणूनच मनुष्यजन्माला सर्वांत पहिली कृपा म्हटलंय.

प्र. १७ : आपल्यात तेजम् (सत्चिदानंद) कधी प्राप्त होतो?

सरश्री : जोपर्यंत हे जग म्हणजे आपल्या मान्यतांचं जग गायब होत नाही, तोपर्यंत हा

आनंद आपण प्राप्त करू शकणार नाही. रंगीत चष्म्याने आपण जे जग पाहतोय, ते प्रत्यक्षात तसं नाहीच. आपण केवळ आपल्या कल्पनेनं ते बनवलंय.

या मान्यता म्हणजे काय, त्या कशा बनतात, हे समजून घेण्याचा प्रयत्न करा. समज मिळताच त्या आपसूकच निखळतील. त्यानंतर प्रत्येक गोष्ट ती जशी आहे, तशी तुम्ही पाहण्यास सुरुवात कराल (as it is). पूर्वी सापाच्या ठिकाणी दोर आणि दोराऐवजी साप दिसत होता, पण आता योग्य ज्ञान आपल्यात सत्य प्रकट करेल. जोपर्यंत दोर नसून सापच असल्याची खात्री आहे, तोपर्यंत अज्ञान दूर होणार नाही. हे जग आपल्याला सुख-दुःखाच्या चक्रामध्ये अशाच प्रकारे गुरफटून ठेवतं. यालाच भवसागर म्हटलंय. आपल्याला केवळ दुःखापासूनच मुक्ती मिळवायची नाहीये, तर सुखदेखील बेडीप्रमाणे आहे. दुःख लोखंडाची बेडी, तर सुख सोन्याची. 'स्व-चौकशी' करून या गोष्टी अनुभवानं जाणून घ्यायला हव्यात.

प्र. १८ : मान्यतांमुळे 'स्व'मध्ये स्थापित होण्यासाठी कष्ट पडतात का?

सरश्री : हो नक्कीच. शरीररूपी आरशावर जर मान्यतारूपी धूळ जमा झाली, तर ती साफ करणं आवश्यक असतं. केवळ मान्यतांच्या धुळीमुळे लोक स्वतःला शरीर मानतात आणि 'हे घडल्यास शुभ... ते घडल्यास अशुभ' असा विचार करतात. जसं, तळहात खाजत असतील, तर पैसे येणार किंवा डोळा फडफडत असल्यास अपशकुन घडणार... अशा अनेक मान्यता शरीरासोबत जोडलेल्या आहेत. यामुळे 'मी शरीर आहे' ही मूळ मान्यता आणखी दृढ होत जाते.

तुम्ही हे अनेकदा पाहिलं असेल, बागेत किंवा मॉलमध्ये एखादा माणूस वाघाचं किंवा इतर जनावरांचं कातडं पांघरून किंवा तसा पोशाख करून मुलांचं मनोरंजन करतो. प्राण्याचं सोंग करणाऱ्या माणसाला पाहायला मुलांना आवडतं. ते त्याच्याशी हस्तांदोलन करतात. त्याचं कुतुहलानं निरीक्षण करतात. जरा विचार करा, वाघाचं कातडं ओढलेला माणूस प्रत्यक्षात केवळ अभिनय करत असल्याने त्याला जर समोरून एखादी गाय येताना दिसली, तर तो शिकारीसाठी तिच्यावर झडप घालेल का? 'निश्चितच नाही. कारण त्या माणसाला माहितीय, की तो सिंह नसून मनुष्य आहे आणि

त्यानं थोड्या वेळासाठी सिंहाचं कातडं ओढलंय' असंच तुमचं उत्तर असेल. वास्तविक, आतून त्या माणसाला तो कोण आहे, हे स्पष्टपणे माहितीये. क्षणभरासाठीही त्याला स्वतःचा विसर पडलेला नाही.

'प्रत्यक्षात तुम्ही कोण आहात?' ही स्पष्टता तुमच्यातही येणं आवश्यक आहे. मग तुम्ही कोणतंही कातडं, बुरखा पांघरला असला तरी! आई, वडिल, भाऊ, बहिण, मित्र, बॉस अशा वेगवेगळ्या भूमिका निभावताना तुम्हाला तुमच्या सत्य स्वरूपाची आठवण कायम राहायला हवी. अन्यथा, माणूस आपल्यापेक्षा कमजोर असलेल्या माणसावर वर्चस्व गाजवत राहतो. द्वेष, घृणा, ईर्षा या भावनांच्या प्रभावाखाली राहून मनुष्य दुसऱ्यांकडे असलेलं हिरावून घेत राहतो. परंतु, आपण तर केवळ कातडं पांघरलंय याचं भान, स्मरण राहिल्यास मनुष्य या गोष्टींमध्ये अडकणारच नाही. तो स्वतःला नकारात्मक भावना आणि विकारांपासून मुक्त ठेवेल. विकारमुक्त शरीर स्वतःची जाणीव करवून देण्यासाठी आरसा (निमित्त) बनू शकतं. हे शरीर विकारांपासून जितकं जास्त मुक्त होत जाईल, तितकाच सुंदर आरसा बनून 'स्व'मध्ये स्थापित होण्यासाठी तुम्हाला साहाय्यक ठरेल.

सातत्यानं चौकशी

प्र. १९ : स्व-चौकशी का करायची?

सरश्री : प्रत्येक जीवाला आनंद, संतोष, शांती हवी असते ना? प्रत्येक कामाचा उद्देश खुशी मिळवणं हाच असतो ना? जगातील कोणतंही काम याच आनंदासाठी केलं जातं, परंतु विचारांच्या वावटळीत तो आनंद नाहीसा होतो. विचार काळे अथवा शुभ्र, चांगले किंवा वाईट कोणतेही असले तरी ते साक्षीच्या (तेजम) सूर्याला झाकोळतात. मात्र गाढ झोपेत कोणतेही विचार नसतात. तेव्हा केवळ शुद्ध चैतन्य, सेल्फ, ब्राईट अवेअरनेस असतो. ज्याप्रमाणे कोळी स्वतःमधून जाळं काढून ते आपल्याभोवतीच लपेटून घेतो, त्याचप्रमाणे सेल्फच्या सागरातून विचारच प्रत्यक्षात हे जग प्रकट करतं आणि रात्री हे विचार गायब होताच हे जगही नाहीसं होतं. अशा प्रकारे मायेचा हा खेळ अविरत सुरूच आहे. मायेचा हाच पडदा दूर करण्यासाठी या विचारांच्या स्रोतापाशी, मुळापर्यंत जाणं आवश्यक आहे. तुम्ही जेव्हा सातत्यानं, वारंवार स्वतःची विचारपूस करून या मनाच्या प्रत्येक रंगरूपाचं बारकाईनं निरीक्षण

मी चैतन्य आहे

हा विचार कसा आला?

मला हा विचार आला

मी कोण?

कराल, तेव्हाच ते कमजोर होऊन शेवटी नाईलाजानं विलीन (समर्पित) होईल. हेच मन अहंकार आहे, हेच मन म्हणजे नकली 'मी' आहे. या मनाच्या मृत्यूसाठी स्व-चौकशी आवश्यक आहे.

प्र. २० : मन म्हणजे काय? ते कुठं आहे? त्याचं कार्य कोणतं?

सरश्री : मन हे केवळ विचारांचं आदान-प्रदान करण्याचं माध्यम आहे. मन म्हणजे असंख्य विचारांची बेरीज. मनाचं हत्यार आहे बुद्धी. ती आपल्याला निर्णय घेण्यासाठी मदत करते. मन म्हणजे विचारांचं गाठोडं. कुठंही लक्ष गेलं, तरी मनाचे विचार ताबडतोब सुरू होतात. तुम्ही बागेचा विचार करताच, मन लगेच तिथं पोहोचेल. अशा प्रकारे, मन तिथं असतं जिथं ध्यान (Attention).

प्र. २१ : अंतर्मन म्हणजे काय?

सरश्री : सर्वसाधारणपणे सांगायचं झाल्यास, आपल्यात दोन मनं आहेत. चेतन आणि अचेतन मन. चेतन, जागृत मन म्हणजे Conscious mind, तर दुसरं अर्धचेतन मन म्हणजे Sub-conscious mind. यालाच अंतर्मन (सहज मन) म्हणतात. मन आणि अंतर्मनामध्ये तोच फरक आहे, जो हवा आणि वादळात आहे. मनाचं कार्य दिसतं, अंतर्मनाचं दिसत नाही. अंतर्मन शांतपणे

काम करत राहतं, तर बाह्य मन प्रत्येक काम, विचार, भाव यांना अनुभवतं. ते कधीही शांत राहत नाही. कारण अंतर्मन म्हणजे कुठेही ठेवता येणारी वस्तू नव्हे. अंतर्मन कल्पना आहे - स्मरणशक्ती, बुद्धी आणि बाह्य मनाचं एकत्रित प्रोग्रामिंग.

प्र. २२ : अंतरात्मा (सेल्फ), मन आणि अंतर्मन यांमध्ये कोणता फरक आहे?

सरश्री : सेल्फ (अंतरात्मा), मन आणि अंतर्मन यामध्ये फरक केवळ इतकाच आहे, की सेल्फ मनाचा चालक आहे, मन बुद्धीच्या मदतीने अंतर्मनाला सूचना देऊन प्रोग्रामिंग करतं.

सेल्फ, बल्बचा प्रकाश पाडणाऱ्या विजेसारखा आहे. बल्ब, मनोशरीर यंत्रांचं प्रतीक आहे. विजेशिवाय बल्बचा काहीही उपयोग नाही. कारण बल्बशिवाय विजेची अभिव्यक्ती, तिचं प्रकटीकरण होतंच नाही.

प्र. २३ : मन, अंतर्मन आणि अंतरात्मा यांचं कार्य कोणतं?

सरश्री : अखंड चालणाऱ्या सृष्टीचक्रासाठी, सृष्टीतील प्रत्येक जीव कार्यरत राहण्यासाठी या सर्व गोष्टींचा उपयोग होतो. ईश्वरनिर्मित या गोष्टीच परमात्म्याची लीला पुढे नेत आहेत. नर्तकाला नृत्याविष्कारासाठी पायाची आणि अन्य अवयवांची आवश्यकता असते. त्याचप्रमाणे हे नाटक सहजतेनं सुरू राहण्यासाठी प्रत्येक शरीराच्या माध्यमातून भिन्न भिन्न नृत्याविष्कार (भूमिका) घडत आहेत. मनुष्याचं लक्ष्य आहे, या नाटकामध्ये न अडकता त्याच्या माध्यमातून स्वतःला जाणणं!

प्र. २४ : मन कसं अडकतं?

सरश्री : शरीरात मनाचं अस्तित्व तर कुठेही दाखवता येत नाही, परंतु त्याच्या असण्याचा स्वीकार आपण नेहमीच करत आलोय, असं हे मन आहे. अगदी याक्षणी तुम्हाला विचारलं, 'मन कुठंय?' तर उत्तर असेल, 'डोळ्यांमध्ये.' कारण आपण आत्ता डोळ्यांनी वाचत आहात. परंतु या मधल्या काळात मन बुद्धीमध्ये गेलं. कारण त्यानं प्रश्नाबद्दल विचार केला. परंतु हे अत्यंत वेगात घडल्यामुळे समजलंच नाही. मन अत्यंत वेगवान असल्यानं आपण त्याला पकडू शकत नाही. समजा, एका मिनिटात आपण २०० ते ३०० शब्दार्थ जाणून घेऊन वाचू शकतो. परंतु मनाची गती इतकी तीव्र आहे, की ते मिनिटाला ८०० शब्द ऐकू शकतं. त्यामुळे उरलेले ५०० शब्द ते वेगळ्या

विचारांमधून आणतं, म्हणूनच आपण मन एकाग्र करू शकत नाही.

मन न-मन (No Mind) होण्यासाठी सर्वप्रथम आपले विचार कमी होण्याची आवश्यकता आहे. मन जिथं एका मिनिटात ८०० शब्द पकडू शकतं, तिथं त्यानं खरंतर एक किंवा दोन शब्द पकडून समाधानी व्हायला हवं. मात्र तुलनात्मक मनाला जेव्हा ही समज मिळते, तेव्हा ते तुलना, अनुमान लावणं बंद करतं; ज्यामुळं तुलनात्मक मनाचा (कॉन्ट्रास्ट मनाचा) मृत्यू होऊन सहज मन खुलेपणाने, मोकळेपणाने काम करतं.

कॉन्ट्रास्ट मनाची रचना

प्र. २५ : कॉन्ट्रास्ट मन किंवा तुलनात्मक मन कसं तयार होतं आणि ते काय काम करतं?

सरश्री : सकाळी जाग येताच सगळ्यांत पहिला विचार आपल्याला येतो, तो म्हणजे 'मी'चा विचार (I thought). जसं,

'मी जागा झालो',

'मी उठलो',

'आता सर्वप्रथम मी काय करू?',

'माझे डोळे थोडे जड वाटताहेत',

'माझी उठण्याची वेळ झालीय का?' वगैरे... वगैरे.

यापेक्षाही वेगळे विचार असू शकतात. विचार कोणतेही असले तरीही प्रत्यक्षात ते 'मी'संबंधितच असतात. 'मी'चा विचार येताच इतर विचारांची सुरुवात होते. तोपर्यंत इंद्रियं जागी झालेली असतात. 'मी'च्या विचारांनंतरच कॉन्ट्रास्ट मन तयार झालंय. जे आता प्रत्येक गोष्टीवर, 'चांगलं झालं, वाईट झालं', अशी तुलना करतं. निर्णयात्मक वागतं. हे मन स्वतःला वेगळं मानून जगतं. माझं काम, माझं नाव, माझं कर्म, माझा धर्म, माझा देश, माझं पाप, माझं पुण्य... अशा प्रकारे ते प्रत्येक घटनेवर, प्रत्येक विचारावर तुलना करतं आणि सुख-दुःखामध्ये झुलत राहतं. हेच तर आहे दुःख, बंधन, भवसागर, अज्ञान. हीच तर आहे सत्यप्राप्तीत बाधा बनलेली माया! हेच तर आहेत सूर्याला (सेल्फला) झाकणारे काळे ढग! हेच आहे ग्रहण. हेच आहे कुसळ. जे डोळ्यांत गेलं तर, डोंगरही पाहू शकत नाही. याच कॉन्ट्रास्ट

किंवा तुलनात्मक मनाची तीन कामं आहेत.

कॉन्ट्रास्ट मनाची तीन कामं

१. तोडणं : प्रत्येक गोष्ट तोडून, ती पाच भागांमध्ये विभाजित करावी, असं मनाला वाटतं. ते प्रत्येक गोष्टीचं कमीतकमी दोनमध्ये तरी विभाजन करतं.

२. तुलना : तोडल्यानंतर मन दोन गोष्टींची तुलना परस्परांशी करतं. यामुळं ते नेहमीच ईर्षा आणि द्वेष यांमध्ये जगतं. तुलना करण्यासाठी भूत आणि भविष्यामध्ये कोलांटउड्या घेत राहतं. त्यामुळं याला कल्लू मनदेखील म्हणता येईल.

३. तोलणं : तुलना केल्यानंतर हे मन दोन्हीही वस्तू आपल्या तराजूत तोलतं. चांगल्या-वाईटाचं विभाजन केल्यानंतर ते विचार करतं, की ही गोष्ट जर चांगली आहे, तर ती जास्त चांगली आहे, की कमी चांगली? जर ही गोष्ट वाईट आहे, तर ती खूपच वाईट आहे, की तेवढी वाईट नाहीये? अशा प्रकारे हे तुलनात्मक मन दुःखाचंदेखील दुःख करतं. म्हणूनच ते ईश्वर व मनुष्यादरम्यान पडदा बनतं. पडदा म्हणजे अडथळा. हे जेव्हा या पडद्याला, तुलनात्मक मनाला समजतं, तेव्हा हा अज्ञानरूपी पडदा दूर होतो.

प्र. २६ : तुलनात्मक मन नक्की काय करतं, ज्यामुळं दुःखाची निर्मिती होते?

सरश्री : तुलनात्मक मन प्रत्येक गोष्टीवर लेबल लावून तुलना करतं. जसं, दुधानं भरलेला काचेचा ग्लास फुटला. ही केवळ एक घटना म्हणून पाहिल्यास दुःख होणार नाही. परंतु, 'हा ग्लास इथे कोणी ठेवला... ठेवणाऱ्याला थोडीसुद्धा अक्कल नाहीये... इतका महागडा ग्लास फुटला... दूध वाया गेलं...' असे विचार आल्यास दुःखाची शृंखला सुरू होते.

प्र. २७ : 'लेबल लावणं' याविषयी कृपया सविस्तर सांगाल?

सरश्री : एका रूपकाच्या माध्यमातून हे समजून घेऊ या. मोठमोठ्या कारखान्यांमध्ये वस्तूंवर लेबल लावण्यासाठी मशीन वापरतात, हे तर आपल्याला माहिती आहेच. समजा, तुम्हाला असंच एक लेबल चिकटवण्याचं मशीन दिलं आणि सांगितलं, 'या मशीनच्या साहाय्यानं तुम्ही कुठंही लेबल लावू शकता. कोणत्याही वस्तूवर एकदाच मशीन फिरवल्यास त्यावर स्टीकर चिकटतो.'

'हे वाईट आहे.'
काळे ढग
मोहमायेचं आकर्षण
सत्य श्रवण
'हे चांगले झाले.'
पांढरे ढग

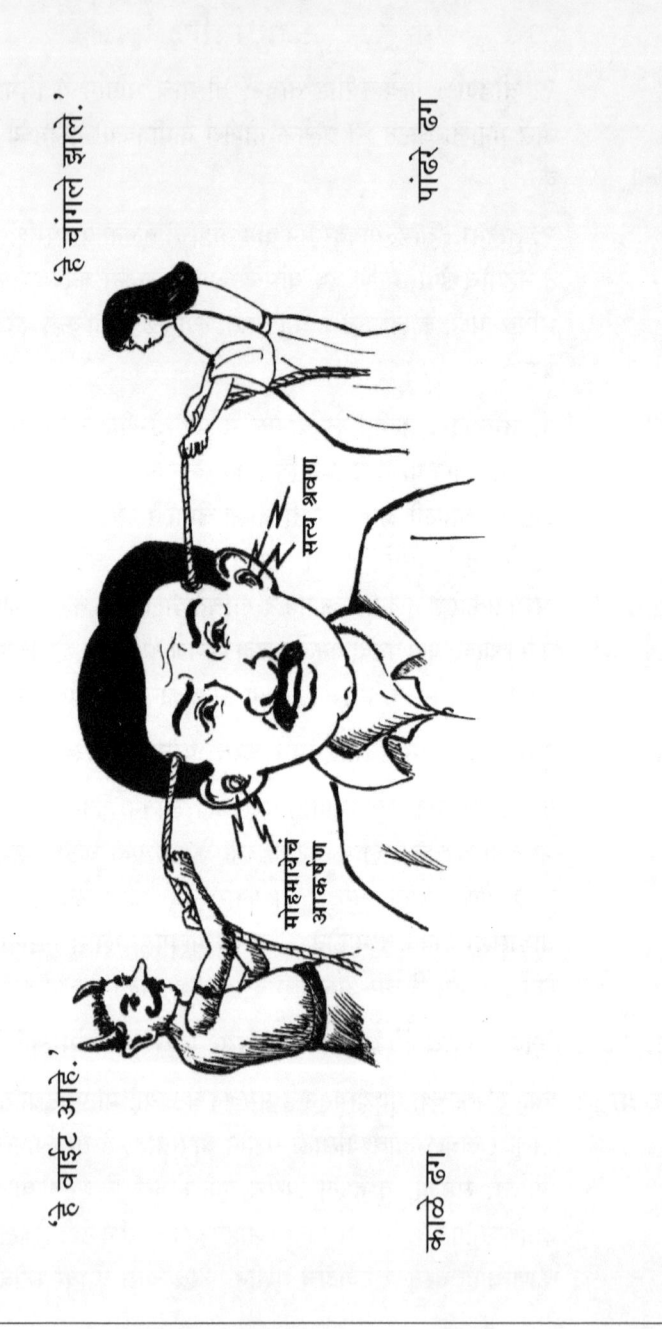

असं हे मशीन जर मुलांच्या हातात गेलं, तर ते काय करतील, हे आपल्याला माहिती आहेच... घरातील टेबल, खुर्च्या, कपाटं, दरवाजे अशा प्रत्येक गोष्टीवर ते लेबल लावणार. शिवाय, ते जिवंत लोकांनाही सोडणार नाहीत. कारण आता त्यांना लेबल चिकटवण्यात मजा येतेय.

या रूपकाद्वारे समजून घ्या, माणसालादेखील लहानपणापासूनच लेबल लावण्याचं मशीन मिळालंय. हे मशीन आहे, तुलनात्मक मन. ज्याच्या आधारे मनुष्यानं स्वतःवर तर लेबल लावली आहेतच, शिवाय इतरांवरही लावण्यात त्यांना मजा वाटते. आता प्रत्येक वेळी ते दोन लेबलमध्ये तुलना करत राहतं, हे चांगलं आहे, की वाईट?, हे खूप चांगलं आहे, की थोडं वाईट...? अशा प्रकारे तुलनात्मक मन आपलं काम करताना दुःखद भावना निर्माण करतं.

प्र. २८ : ही लेबल दूर कशी करावीत?

सरश्री : 'मी कोण आहे?' हा प्रश्न विचारून. वास्तविक, 'मी कोण आहे?' हा प्रश्न नसून उत्तर आहे. हा प्रश्न विचारताच लेबलची शक्ती, प्रभाव नाहीसा होऊ लागतो.

जसं, फोनवरून तुमच्याशी कोणीतरी बोलतंय आणि समोरच्याचा आवाज न ओळखल्याने तुम्ही त्याला ताबडतोब विचारता, 'कोण बोलतंय?' जेव्हा कुणावर शंका येते, तेव्हाच असा प्रश्न विचारला जातो. अगदी अशाच प्रकारे तुम्ही स्वतःबद्दल शंका घेऊन, स्वतःला आरशात पाहून विचारता, 'मी कोण आहे?' तर याचाच अर्थ, जे दिसतंय ते सत्य नसून त्याविषयी तुम्हाला शंका आहे. पण ही अवस्था शुभ आहे.

'मी कोण आहे?' असं विचारताच लेबलची शक्ती कमी का होते, हे समजून घ्या. जसं, तुमचा एखादा नातेवाईक फोनवर तुमच्याशी वेगळा आवाज काढून तुमची गंमत करतो. पण थोड्याच वेळात तो स्वतःच्या खऱ्या आवाजात बोलायला लागतो. अशा प्रकारे 'मी कोण आहे?' हा प्रश्न विचारताच, जे आपण वास्तवात आहात, तसेच समोर येता. म्हणजे तुम्हाला तुमच्या अस्तित्वाचं भान येतं. यामुळेच हा प्रश्न महत्त्वपूर्ण आहे.

काही लोक 'स्व-चौकशी'ला
वेळेचा अपव्यय मानतात;
परंतु ते ७ ते १० तास झोपतात,
त्याचा हिशेब विसरतात.
स्वध्यानाचा वेळ अपव्यय नसून
आवश्यक गुंतवणूक (इन्व्हेस्टमेंट) आहे.
त्याशिवाय आपण संपूर्ण योग्यतेनुसार
काम करू शकत नाही.

खंड ४
मनोशरीर यंत्र कोण

मनोशरीर यंत्र कोण

मनोशरीर यंत्राची प्रामाणिकपणे विचारपूस

मन, मनाचं पतन करू शकतं का?
अहंकार, अहंकाराचं पतन करू शकतो का?
पायांना पकडून तुम्ही उठून उभं राहू शकता का?
काय... हे शक्य आहे...?
हो... निश्चित! जर सदेह गुरू आपल्यासोबत असतील तर!

प्र. १ : मला 'स्व-चौकशीचा' मार्ग आत्मसात करायचा आहे. याचं महत्त्व तर मला पटलंय. परंतु बुद्धीमध्ये ही गोष्ट ठसत नाहीये. अशावेळी मी काय करू?

सरश्री : या परिस्थितीत, सर्वप्रथम तुम्हाला तुमच्या मनोशरीर यंत्राची (MSY) विचारपूस प्रामाणिकपणे सुरू करायला हवी. कारण सकाळपासून रात्रीपर्यंत आपण शारीरिक तसंच मानसिक सुख-दुःखाशी बांधलेले असतो. याचं मूळ कारण म्हणजे तुम्ही स्वतःलाच शरीर मानलंय. आपल्या मनोशरीर यंत्राची विचारपूस प्रामाणिकपणे केल्यास आपली जागृती वाढेल. त्यानंतर तुम्ही सहजतेनं स्व-चौकशी (सेल्फ इन्कायरी) करू शकाल.

प्र. २ : **मनोशरीर यंत्राची विचारपूस करणं म्हणजे काय?**

सरश्री : मनोशरीर यंत्राची विचारपूस करणं म्हणजे, त्याची एकाग्रता, निरीक्षणक्षमता, कार्यकुशलता किती आहे, संवाद-कला कशी आहे हे जाणणं. वार्तालाप करताना आपल्याला जे सांगायचं आहे, तेच आपलं मनोशरीर यंत्र लोकांसमोर योग्य पद्धतीनं मांडू शकतं, की नाही? कला, कामगिरी तसंच व्यक्तिमत्त्वासंबंधित या सगळ्या गोष्टी मनोशरीर यंत्राची विचारपूस करताना येतात. खरंतर या सर्व बाबी शरीरापर्यंतच मर्यादित आहेत. तरी लोक या गोष्टींनाच सेल्फ-नॉलेज म्हणजे सत्याचं ज्ञान समजून यामध्ये अडकतात. लोकांना स्वतःला जाणून तर घ्यायचंय, परंतु असंख्य कर्मकांडांच्या चक्रात, ते केवळ मनोशरीर यंत्राविषयी जाणूनच खूश होतात. परिणामतः आपण स्वतःला जाणलंय, या गैरसमजुतीचे शिकार होतात. वास्तविक ते स्वतःला जाणणं नव्हतंच.

जगामध्ये असे असंख्य कार्यसमूह तसेच पाठ्यक्रम सुरू आहेत, ज्यांच्या आधारे लोकांनी मनोशरीर यंत्राची माहिती करून घेतलीय. त्यातून आपण 'स्व'ला - 'स्वतःला' जाणलंय, असं त्यांना वाटतं. परंतु मनोशरीर यंत्र आणि स्व (स्वसाक्षी) यांमध्ये असणारा फरक लोकांना ठाऊक नसल्याने ते फसतात.

प्र. ३ : **आपण जर हे शरीरच नाही, तर याची चौकशी करण्याची काय गरज आहे?**

सरश्री : वास्तवात, तुम्ही जरी शरीर नसलात, तरी त्याचा वापर तर करताय ना! त्यामुळे आपण ज्या गोष्टीचा वापर करत आहात, त्याच्या आत काय दडलंय, हे माहिती असणं आवश्यक आहे. या शरीरात किती हव्यास आहे... किती अहंकार आहे... किती क्रोध, किती घृणा आहे... किती द्वेष, किती ईर्षा आहे... हे पॅटर्न, वृत्ती असताना ते कोणत्या दिशेने चाललंय, मायेमध्ये कसं अडकतंय वगैरे-वगैरे...

समजा, तुम्ही बाजारात खरेदीसाठी गेलात. तिथं, एकीकडं तुमची दुकानदाराबरोबर घासाघीस सुरू आहे, तर त्याचवेळी मनात काहीतरी वेगळेच विचार सुरू आहेत. याचाच अर्थ, तुम्ही समोरच्याला सांगताहेत एक आणि मनात आहे भलतंच.

अशा प्रकारे प्रत्येक घटनेत आत्मपरीक्षण करा, 'मी विचार करतो एक, बोलतो दुसरं आणि करतो तिसरंच! असं मी केव्हा-केव्हा करतो?' या चौकशीतून तुम्हाला तुमचे भाव, विचार, वाणी आणि क्रिया यांमध्ये किती ताळमेळ आहे, हे समजेल. अशा गोष्टी प्रकाशात यायला लागतील, तेव्हाच परिवर्तनाची सुरुवात होईल. त्यानंतर कितीतरी अनावश्यक गोष्टी आपोआपच नाहीशा होऊन जे आवश्यक आहे, केवळ तेच शिल्लक राहिल्याचं तुमच्या लक्षात येईल. 'आपल्या मनोशरीर यंत्राची विचारपूस' करण्यामधलं हेच तर सौंदर्य आहे!

ही विचारपूस करण्यापूर्वी आपली अशी अवस्था असते, समजा, अंधारात कोणीतरी उभं आहे. परिणामी भीतीमुळं, तुम्ही तिथं जात नाही, तोंडावर पांघरूण ओढून घेता. परंतु आता स्व-चौकशी करत असल्याने जवळ जाऊन पाहिलं, तर तिथे कोट टांगलेला दिसतो. हे पाहून तुम्ही म्हणता, 'अंधारात जो उभा होता, तो पळून गेलाय.' परंतु आता विचार करा, खरोखरंच कोणी पळून गेलं का? खरंच तिथं कोणी होतं का? नेमकं सत्याच्या प्रकाशात हेच घडतं. ज्या अहंकाराच्या आहारी जाऊन आपण कृती करत होतो, तो उपलब्ध नव्हताच, हे आपल्याला समजतं. हीच जाणीव होणं म्हणजे सत्याचं सौंदर्य आहे. या गोष्टी प्रकाशात येताच तुलनेचा पोपट गप्प होतो. तेव्हा तुम्ही बोअरडम, ईर्षा, द्वेष, क्रोध इत्यादी पॅटर्नमधून, वृत्तींमधून मुक्त व्हाल. हे घडण्यापूर्वी तुम्हाला या गोष्टी जाणाव्या लागतील. स्वतःला प्रामाणिकपणे सांगावं लागेल, 'असं आहे माझं मनोशरीर यंत्र! परंतु मला हे जे शरीर मिळालंय, त्यानेच आता काम चालवायचंय.'

समजा, एका माणसानं अनाथाश्रमातून बाळ दत्तक घेतलं. काही वर्षांनंतर त्या मुलाच्या खोड्या पाहून तो म्हणतो, 'मला हे बाळ मिळालंय, आता त्याचंच पालनपोषण करून मोठं करायचंय. बाळामध्ये त्याच्या जन्मदात्या आई-वडिलांच्या काही चुकीच्या सवयी (वृत्ती) असतीलही, परंतु तरीदेखील त्याचं लालनपालन करायचंय.' अशा प्रकारे आपल्या मनोशरीर यंत्रात असणाऱ्या चुकीच्या वृत्ती आपल्या पूर्वजांकडून आलेल्या आहेत. त्यामुळं तुमचं मनोशरीर यंत्र कसं का असेना, त्याचाच तुम्हाला उपयोग करायचाय. परंतु यामध्ये काय-काय भरलंय, हे अगोदर समजायला हवं. आपल्या शरीराची इन्कायरी पूर्णतः प्रामाणिकपणे केल्यास चुकीच्या

सवयी नष्ट होण्याची शक्यता बळावेल. पण जर विचारपूस केलीच नाही, तर त्या सवयी तशाच टिकून राहतील. म्हणून ही चौकशी नेहमी खरेपणानं करा. स्वतःला सत्यच सांगा. याला म्हणतात, 'सेल्फ इन्कायरी विथ ऑनेस्टी' म्हणजे 'प्रामाणिकपणे केलेली मनोशरीर यंत्राची विचारपूस.'

प्र. ४ : मनोशरीर यंत्राची विचारपूस, तीदेखील प्रामाणिकपणे...? जरा संभ्रम होतोय, कृपया हे सगळं सविस्तर सांगावं.

सरश्री : ही विचारपूस करताना आपण आपल्या मनाच्या वेगवेगळ्या अवस्था पाहतो. नानाविध लोकांबरोबर, विविध नात्यांमध्ये त्याचं वागणं कसं आहे हे पाहायला सुरुवात करतो, त्यानंतर तुम्हाला समजतं, हे मन क्षणाक्षणाला कसं बदलतं... त्याचा चेहरा कसा बदलतो... ते तुलना कशी करतं... कसं विभाजन करतं... अहंकाराला ठेच पोहोचताच आपली तत्त्वं आणि आदर्श कशी विसरतं... सोयीसुविधांकडे कसं आकर्षित होतं आणि असुविधांपासून स्वतःला दूर ठेवण्याचा कसा आटोकाट प्रयत्न करतं... तुलनात्मक मन सुरक्षा मिळवण्यासाठी सत्याशी व्यापार करतं... लाभ-नफ्याच्या भाषेत विचार करतं... आपलं कौतुक ऐकताच हे मन कसं उड्या मारायला लागतं... अशा अनेक गोष्टी तुम्हाला समजतात.

त्यामुळे स्वतःपासून सत्य कदापि लपवू नका. कपटमुक्त होऊन स्वतःला सूचना द्या. कदाचित तुम्हाला तुमची (मनाची) काळी बाजू (नकारात्मकता) पाहणं, तिचं अवलोकन करणं आवडणार नाही. परंतु जोपर्यंत तुम्ही हे करणार नाही, तोपर्यंत तुम्ही स्वतःला बदलू शकणार नाही. ही विचारपूस प्रामाणिकपणे केल्यास तीच तुमच्या आत्मसाक्षात्काराचा पाया बनू शकेल.

प्र. ५ : मनोशरीर यंत्राला काही त्रास होत असेल, तरीदेखील आपण स्वतःची विचारपूस करू शकतो का?

सरश्री : तुम्ही जेव्हा स्वतःला शरीरापासून वेगळं होऊन पाहता, तेव्हा तुम्हाला एक प्रकारची शांतता जाणवते. शरीराशी आसक्त होताच उष्णता वाढते. गरम आरशासमोर उभं राहिल्यास तुम्हाला त्रास होतो का? उलट तुम्ही म्हणाल, 'यामुळं कसला त्रास! आरसा गरम झालाय, तरीदेखील तो मला माझं प्रतिबिंब दाखवतोय की!' गरम आरसादेखील आपल्याला आपलं दर्शन

घडवू शकतो, तसंच मनोशरीर यंत्र आजारी असो, निरोगी असो, क्रोधित किंवा शांत... प्रत्येक स्थितीत ते तुम्हाला तुमचं दर्शन घडवू शकतं. यासाठी असणारी एकमेव अट म्हणजे, तुम्हाला 'स्व'चं ज्ञान असणं आवश्यक आहे. हे ज्ञान नसल्यास तुम्हीदेखील मनोशरीर यंत्राशी आसक्त होऊन, 'हे दुःख, माझं दुःख' असा शोक करायला लागाल. त्यामुळं पहिल्या इन्कायरीद्वारे तुम्ही आणि तुमचं मनोशरीर यंत्र, हे दोन्ही वेगवेगळं जाणून घ्या. यानंतर सेल्फ इन्कायरीमध्ये पुढे जा.

प्र. ६ : अवलोकनाचा (पाहण्याचा) परिवर्तनाशी काय संबंध आहे?

सरश्री : हा संबंध खूप गहिरा आहे. योग्य अवलोकनानं अयोग्य गोष्टी आपोआपच नष्ट होतात. हाच आहे जागृतीचा गुण. जागृत अवस्थेत आपण क्रोध किंवा हत्या करू शकत नाही. बेहोशीमध्येच आपण इतरांना धोका देऊ शकतो किंवा मारू शकतो. बेहोशीमध्येच आपण स्वार्थी, मतलबी बनू शकतो. त्यावेळेस दुसऱ्यांचं दुःख आपल्याला जाणवत नाही. त्यामुळे बेहोश माणूस जीवनातील रहस्य जाणूच शकत नाही. असत्य, लोभ, अहंकार, घृणा, भीती, क्रोध, तिरस्कार, ग्लानी ही सगळी बेहोशीची मुलं आहेत. प्रत्येक परिस्थितीत स्वतःला निरंतरपणे पाहायला सुरुवात केल्यास लवकरच एक नवीन माणूस जागा होऊन पहिल्यांदाच त्याला हे मन जाणता येईल. अवलोकनाचा अग्नी अवगुणांना भस्म करतो.

प्र. ७ : हे अवलोकन किंवा विचारपूस मला अतिशय महत्त्वपूर्ण वाटते. मी हे करू शकेन, असंही वाटतंय. कृपया यावर अधिक प्रकाश टाकावा.

सरश्री : दररोज झोपण्यापूर्वी आपला संपूर्ण दिवस डोळ्यांसमोर आणला किंवा ठळक-ठळक घटना जरी आठवल्या, तरी आपल्या मनोशरीर यंत्राच्या स्वभावाची कल्पना येईल. स्वतःला विचारा, 'मी वेगवेगळ्या परिस्थितीत जसं वागलो, त्याचा उद्देश काय होता? जर मी एखाद्याचं काम केलं नाही, तर ते का नाही केलं? कारण तो माणूस माझा अहंकार गोंजारत नाही म्हणून? की तो माझ्या हव्यासात आणि महत्त्वाकांक्षेत अडथळा बनतोय म्हणून? आणि जर एखाद्याचं काम केलं, तर का केलं? त्या माणसापासून मला भीती वाटतेय, की त्यानं माझ्या अहंकाराला खतपाणी घातलंय म्हणून?'

स्वतःपासून खऱ्या गोष्टी कधीही लपवू नका. प्रामाणिकपणे फक्त

खरीच उत्तरे द्या. एखादा तुमची कामं करतो, म्हणून तुम्हाला आवडतो, की त्याच्यातील गुणांमुळं? किंवा एखादा आवडत नाही, तर तो खरोखरच वाईट आहे का? त्याच्यात काही दुर्गुण आहेत, की तो तुमच्या कामात अडथळा बनतोय म्हणून तुम्हाला आवडत नाही? अत्यंत विचारपूर्वक उत्तरं द्या. विचारपूस सुरू ठेवा. चौकशीद्वारे आत्मनिरीक्षण करा. म्हणजेच प्रत्येक घटनेमध्ये स्वतःला पडताळून पाहा. एखाद्या प्रयोगासारखं हे करून पाहा आणि तासातासाला स्वतःला विचारा, यावेळी माझ्या मनाची स्थिती कशी आहे? खाली दिलेल्या अवस्थांपैकी आता आपली कोणती अवस्था आहे, हे तपासा. अशा प्रकारे प्रत्येक तासाला आपल्या मनाची चौकशी, तपासणी करा.

A Anger राग : स्वतःवर किंवा इतरांवर क्रोधाची भावना.

B Boredom कंटाळा : कोणत्याही कामात स्वारस्य नसणं.

C Confusion द्विधा मनस्थिती : प्रयत्न करूनही एखादी गोष्ट न समजणं.

D Depression निराशा : कोणतंही कारण नसताना व्याकुळ, त्रस्त होणं.

E Ego अहंकार : मी-मी, क्रेडिट घेणं, स्वतःची प्रशंसा करणं.

F Fear भय : अनिष्ट गोष्टींची काळजी, अनामिक भीती.

G Guilt ग्लानी : अपराधबोध, 'मी असं का केलं?' ही भावना.

H Happiness खुशी : आनंदाची अवस्था, सत्त्वगुणाला प्राधान्य.

I Ill will/Hatred द्वेष : दुसऱ्यांचं नुकसान करण्याची भावना.

J Jealousy ईर्ष्या (रजोगुण) : 'दुसऱ्यांकडं जे आहे, ते माझ्यापाशी का नाही?' ही भावना.

K Kindness दया, करूणा : 'दुसऱ्यांचं मंगल कसं व्हावं?' ही भावना.

L Laziness सुस्ती : शरीरामध्ये तमोगुणाचा अधिक प्रभाव असणं.

M Moun मौन : (ध्यान).

अशा प्रकारे मनाच्या आत्मपरीक्षणातून तुम्ही सद्यस्थितीत कोणत्या अवस्थेत आहात हे जाणता. तुम्ही चांगले आहात किंवा वाईट हे तितकंसं

महत्त्वाचं नाही. तर, तुम्ही स्वतःला प्रामाणिकपणे पाहायला तयार झाला आहात, की नाही? हे महत्त्वाचं आहे.

प्र. ८ : माझं मनोशरीर यंत्र सकाळपासून संध्याकाळपर्यंत जे-जे करतंय, ते जर मी पाहिलं, त्यातील प्रत्येक कृती मी बारकाईनं बघितली, तर त्यात मला काय लाभ होणार? उलट मी असं का केलं, याचंच मला दुःख होईल.

सरश्री : नाही. 'मी असं का केलं... असं करायला नको होतं.' अशा प्रकारचं दुःख तुम्हाला करायचंच नाहीये. ही विचारपूस स्वतःला कमी लेखण्यासाठी नसून सत्याचा साक्षात्कार घडवण्यासाठी, जागृती येण्यासाठी आहे. याचा लाभ तुम्हाला दुसऱ्या दिवशी पाहायला मिळेल. एक वेळ अशी येईल, जेव्हा तुम्ही सजग होऊन त्याच त्या चुका वारंवार करणं बंद कराल. तुम्ही त्याच त्या चुका पुन्हा करणार असाल तेव्हा आतून कोणीतरी, 'हे काय करतोहेस?' असं विचारून सचेत, जागृत करेल. अशा प्रकारे बेहोशी नाहीशी होऊन सजगता येईल. हीच जागृती भविष्यात 'स्व'ला ओळखण्यासाठी उपयुक्त ठरेल. तुम्ही जर दुःखी असाल तर याचा अर्थ, तुम्ही कुठेतरी चुकत आहात, समजेशिवायच स्वतःची विचारपूस करत आहात. तुमचं मनोशरीर यंत्र असं का आहे, त्याचं कारण म्हणजे, त्याला आपल्या आई-वडिलांकडून काही संस्कार जीन्समधून (genes) तसंच संगोपनातून मिळाले आहेत. शिवाय तुमच्या आजूबाजूची परिस्थितीही याला कारणीभूत आहे. म्हणजेच आज तुम्ही जे काही आहात, जसे आहात, याचं कारण तुम्ही नाही. हो, पण जागृती येऊनही पूर्वीच्याच चुकांची पुनरावृत्ती होत असेल, तर त्याला कारणीभूत आपणच आहात. याचाच अर्थ, विचारपूस कशी करायची, हे अद्याप आपल्याला समजलेलंच नाही. त्यावर आणखी काम होण्याची आवश्यकता आहे, दुःख करण्याची काहीही गरज नाही. सर्वप्रथम आज तुम्ही जसे आहात, तसं स्वतःला स्वीकारा. स्वीकारामध्ये जादू आहे. स्वीकार हाच तेजआनंदाकडं घेऊन जातो, तर अस्वीकार दुःख वाढवतो.

प्र. ९ : आम्ही आमची सगळी कामं - लोभ, हव्यास, अहंकार किंवा भीतीमुळे करतो का? म्हणूनच तुम्ही आम्हाला स्वतःची विचारपूस करायला सांगता का?

सरश्री : प्रामाणिकपणे विचार केल्यास तुम्हाला समजेल, की तुम्ही सगळी कामं काही अपेक्षा बाळगून, अहंकारानं करत असता. तुम्ही भावाकडून, बहिणीकडून, पत्नी तसंच मुलांकडून काही अपेक्षा बाळगता. या अपेक्षांची पूर्तता त्यांनी करावी, अशी तुमची इच्छा असते. परंतु त्यांनी जर अपेक्षापूर्ती केली नाही, तर तेच जिवलग लोक तुमच्या क्रोधाचं, दुःखाचं कारण बनतात. नात्यांमध्ये अपेक्षा नाही, तर विनाशर्त प्रेम असायला हवं. या प्रेमाच्या बदल्यात तुमचं नाव होईल, तुम्हाला प्रसिद्धी मिळेल, तुमचे आभार मानले जातील, अशा कोणत्याही अपेक्षा बाळगू नका. समज प्रगल्भ होताच विनाशर्त प्रेम आपोआपच प्रकट होऊ लागतं आणि त्यानंतर अहंकार विलीन होतो.

प्र. १० : हा अहंकार कसा निर्माण होतो?

सरश्री : वाढत्या वयाबरोबर तुलनात्मक मन (तुलना, तोलणं, विभाजन करणारं मन) तयार होऊ लागतं, जे प्रत्येक कामाचं क्रेडिट (श्रेय) घेतं. 'कर्ता भाव' अहंकार वाढवतो. त्यानंतर नानाविध अनुभव, यश, संपत्ती, हुद्दा यांतून अहंकार फुलत जातो. क्रेडिट घेण्यामुळं तुमच्यावर कौतुकाचा भडिमार होतो. मग हळूहळू तुम्ही प्रशंसेचे गुलाम बनत जाता. अशा प्रकारे अहंकाराला अंतच नाही. त्याची भूक अमर्याद आहे. हाच त्याचा स्वभाव आणि हेच त्याचं कामही! या अहंकाराला जर तुम्ही खाद्य दिलं, तर त्यामुळं मिळणारं दुःखदेखील तुम्हालाच सहन करावं लागेल. प्रामाणिकपणे केलेल्या चौकशीतून हा अहंकार नष्ट होईल आणि तुम्ही तुमचं अस्तित्व ओळखाल. चौकशी किंवा विचारपूस ही अशी युक्ती (पद्धती) आहे, जी समजेसह वापरल्यास आत्मसाक्षात्कार घडवू शकते.

प्र. ११ : आता खूप काही माझ्या लक्षात आलंय. मला आणखी काय-काय शिकायला हवं?

सरश्री : तुम्हाला थोडंसंच शिकायचंय. परंतु त्यापेक्षाही, न शिकलेल्या असंख्य गोष्टी अंगिकारायच्या आहेत. समजलेल्या मान्यतांचं समजेद्वारा समूळ उच्चाटन करायचंय. 'मला प्रेम, आनंद, सुख, शांती, समाधान हवंय' या शुभइच्छा (हॅपी थॉटस्) जो बाळगतो, त्यानं ही विचारपूस ताबडतोब सुरू करायला हवी.

प्र. १२ : आपल्या मनोशरीर यंत्राची विचारपूस ही फक्त रात्री झोपण्यापूर्वीच करायची का?

सरश्री : सुरुवातीच्या काळात रात्री झोपण्यापूर्वी हे केल्यास सोपं जाईल, तसंच तुमच्या मनोशरीर यंत्राला (शरीराला) तुम्ही योग्य प्रकारे समजून घेऊ शकाल. हळूहळू ही विचारपूस दिवसादेखील, घटना घडल्यानंतरही होऊ लागेल. प्रत्येक कृतीबरोबर तुम्ही स्वतःच्या अंतर्मनात दडलेल्या इच्छा, वासनांचं दर्शन घेऊ शकाल. आपल्या अहंकाराला पाहण्यासाठी सज्ज व्हाल. प्रत्येक गोष्टीतून अहंकाराचं दर्शन होईल. तुम्ही स्वतःलाच वेगवेगळ्या नात्यांमध्ये, भूमिकांमध्ये पाहू लागाल. शिवाय तुम्ही पत्नीसमोर आणि घरातील नोकरांसमोर कशा प्रकारे वेगवेगळ्या भूमिका निभावता... ग्राहक म्हणून भाजी खरेदी करताना कसं कपटानं वागता... तेच तुम्ही दुकानदार असताना स्वतःच्या मालाविषयी आडून, फिरून, वाढवून, लपवून काही गोष्टी सांगत गिऱ्हाईकांशी कसा संवाद साधता... अशा सर्व बाबी प्रामाणिकपणे पाहिल्यास भविष्यात घटना घडण्याअगोदरच तुमच्यात जागृती येईल. तुम्ही कोणती कृती करणार आहात, हे तुम्हाला समजेल. मनोशरीर यंत्रामध्ये बदल घडून हेच शरीर भविष्यात तुमच्यासाठी उच्चतम लक्ष्यप्राप्तीसाठीचं निमित्त बनेल, तुम्हाला तुमची, 'स्व'ची जाणीव करून देईल.

प्र. १३ : स्व-अस्तित्व जाणण्यासाठी निमित्त असणारं मनोशरीर यंत्र शुद्ध कसं ठेवता येईल?

सरश्री : शरीर शुद्ध करण्यासाठी सेल्फ इन्कायरी हे एक सशक्त माध्यम आहे. आपण जसजशी ही इन्कायरी करत जातो, तसतसं मनोशरीर यंत्र शुद्ध होत जातं. ही विचारपूस शारीरिक तसंच मानसिक या दोन्ही स्तरांवरही होणं आवश्यक आहे. परंतु याची सुरुवात शरीरापासून केल्यास अधिक श्रेयस्कर.

शरीर शुद्ध ठेवण्यासाठी सर्वप्रथम बाहेरचं उलटंसुलटं खाणं बंद करून स्वतःला हा प्रश्न विचारा, 'या शरीररूपी मंदिराची शुद्धता वाढण्यासाठी त्यात कोणत्या गोष्टींची भर घालणं आवश्यक आहे?' असं मनन करताच आपण सजग व्हाल आणि आपणहूनच अधिक मसालेदार पदार्थ, मांसाहार भोजन वर्ज्य कराल. अशा भोजनानं तमोगुण वाढतात आणि शरीर अशुद्ध बनतं, याची जाणीव तुम्हाला होईल. त्यानंतर आपण आवश्यकतेनुसारच

अन्न ग्रहण कराल. कमी किंवा जास्त खाणार नाही. नाहीतर बरेचजण विचार करतात, 'आम्ही तर शाकाहारी आहोत. मांसाहार कधीही करत नाही. त्यामुळे आमचं शरीर शुद्धच असणार.' परंतु आवश्यकतेपेक्षा जास्त खाणं हेदेखील मांसाहार करण्यासारखंच आहे. ज्यामुळे शरीरात आळस, सुस्ती वाढते. परिणामी आजारांना निमंत्रण मिळतं ते वेगळंच. म्हणून तुम्ही ही समज ठेवून कार्य करा, की या शरीराला मंदिर बनवायचंय, तर शरीरात कोणत्या गोष्टींचा समावेश करणं गरजेचं आहे आणि कोणत्या नाही? कारण स्व-अस्तित्वाच्या जाणिवेसाठी या शरीराचं महत्त्व आता तुम्हाला समजलंय. यालाच खऱ्या अर्थानं ईश्वरभक्ती किंवा ईश्वरप्रेम म्हटलंय. तुमच्यात भक्ती जागृत झाल्यानंतर या शरीराचं मंदिर बनावं, असंच तुम्हाला वाटेल. हे शरीर पूर्णतः निर्व्यसनी, शुद्ध राहावं हीच तुमची इच्छा असेल. नाहीतर काही लोक सिगारेट, दारू, जुगार अशा व्यसनांनी आपल्या शरीराचा खुळखुळा करतात. परंतु भक्तीमुळं आपलं शरीर व्यसनमुक्त बनवण्याची तुमची इच्छा असेल. त्यामुळे प्रत्येक दिवशी, प्रत्येक घटनेत नियमितपणे शरीराची आणि स्वतःची (मी कोण आहे?) चौकशी केल्यास शरीरात असणारी व्यसनं, चुकीच्या वृत्ती, सवयी लवकरात लवकर प्रकाशात येतील. त्यानंतर सुरू होईल एक नवा मार्ग, जो तुम्हाला अंतिम लक्ष्यापर्यंत घेऊन जाईल.

प्र. १४ : मला चौकशीचा अधिकाधिक लाभ घ्यायचाय. त्यासाठी संपूर्ण दिवसात मी असं काय करू, ज्यामुळं माझी समज वाढेल?

सरश्री : दिवसाच्या प्रत्येक प्रहराला, तासाला स्वतःलाच विचारा, 'आता माझी मनःस्थिती कशी आहे?' अशांती हा मनाचा स्वभाव असल्यानं त्याच्या इच्छा आणि अवस्था कायम बदलत राहतात. या मनाचं अवलोकन केल्यास त्यांचे नानाविध रंग समजतील. ते कधी अत्यंत व्याकुळ असतं, तर कधी खूप खूश. कधी रागानं क्रोधित होतं, तर कधी हव्यासानं गांजतं. कधी घाबरलेलं असतं, तर कधी चिंताक्रांत, संभ्रमित. या मनात कधी तिरस्कार, घृणा भरलेली असेल, तर कधी अपराधबोधानं ते ग्रासलेलं असतं. अशा प्रकारे प्रत्येक तासाला मनाची चाचपणी सुरू केल्याने आपल्याला समजेल, की हे मन कधी अहंकारी आहे, तर कधी इच्छाधारी. कधी कपटी, तर कधी तार्किक - लॉजिकल. कधी तुलनात्मक, तर कधी कल्पनादास. बेहोशी, नशा हे त्याचं रूप आहे, तर सजगता, जागृती हेदेखील त्याचंच रूप. अशा

प्रकारे प्रत्येक तासाला केलेली मनाची विचारपूस चमत्कार घडवेल.

ही विचारपूस करून, तुम्ही लवकरच, बुद्धीनं नाही, तर अनुभवानं मनाला जाणू लागाल. तेव्हा समजेल, की एकाच अवस्थेत जास्त काळ न टिकणारं हे मन म्हणजे निव्वळ भ्रम, धोका आहे. तेव्हा, या मनाविषयी तुम्हाला ही समज मिळेल, की हे मन जर असंच आहे, क्षणाक्षणाला बदलतंय, तर त्याच्याविषयी आपण आसक्ती का बाळगायची? मग तुमच्यात ही दृढता येईल, की 'मन व्याकुळ असलं तरी 'मी कुठं व्याकुळ आहे?' आणि हाच अनुभव तुमच्या जीवनात, जगण्यात उतरेल. त्यानंतर सुख-दुःखाचा कोणताही विचार तुम्हाला, तुमच्या केंद्रापासून दूर करू शकणार नाही, विचलित करू शकणार नाही. 'व्याकुळ झालेलंही मन आहे आणि आनंदीदेखील मनच! क्रोध, घृणा, ग्लानी, भीती असे सर्व भाव मनाशीच संलग्न आहेत, माझ्याबरोबर नाहीत' – हा बोध जागृत होईल. 'मन क्षणोक्षणी बदलण्यानं माझ्या तेजआनंदात कोणताही फरक पडणार नाही' ही समज तुमच्यात प्रकटेल. अशा प्रकारे तुम्ही तणावातही आतून शांत राहू शकाल. त्यावेळी तुम्हाला ही स्पष्ट, स्वच्छ समज असेल, की 'तणाव मनाला आणि शरीराला आहे, मला नाही आणि हा तणाव शरीराकडून एखादं कार्य करून घेण्यासाठी आला आहे.'

परीक्षेपूर्वी विद्यार्थ्यांकडून अभ्यास करवून घेण्यासाठी परीक्षेची भीती निर्माण होते. शरीराला भीती व तणाव देऊन निसर्ग माणसाकडून कामं करवून घेतो. अशा प्रकारे या सगळ्या गोष्टींचे साक्षी बनून तुम्ही आनंद घ्यायला शिकाल.

जीवनातील सगळे चढ-उतार अनुभवांनी जाणून घेतल्यानंतर तुमची वाटचाल साक्षीकडून स्वसाक्षीच्या दिशेनं होईल. स्व-चौकशीमुळं हे सहज होईल. हे दुसरं आणि शेवटचं पाऊल आहे. पहिल्या पाऊलावर मनोशरीर यंत्राची विचारपूस केली आणि काही दिवसांमध्येच या यंत्राची सगळी लक्षणं पाहिलीत. दुसऱ्या पाऊलावर ज्याचं हे शरीर आहे त्याला जाणा. तो कोण आहे? मी कोण आहे? कोण जन्मला? कोण मरणार? कोण झोपतो? कोण जागतो? कोण चालतो? कोण बसतो? कोण आहे, ज्याच्या मात्र अस्तित्वानेच ही सृष्टी चालते? कोण?... कोण?... कोण?...

कोण आहेत अंकल जॉन

एके दिवशी एका दाम्पत्याच्या घरी अंकल जॉन आले. त्यावेळी पती ऑफिसमध्ये होता. अंकल जॉननं त्या माणसाच्या बायकोला आपली ओळख करून दिली, 'मी अंकल जॉन.' पत्नीला वाटलं, हा माणूस तिच्या पतीचा अंकल - काका असेल. त्यामुळे त्यांचं स्वागत करत ती म्हणाली, 'हो हो... या बसा.' तिनं त्यांचं आदरातिथ्य केलं आणि पतीला फोन करून अंकल जॉन आल्याचं सांगितलं. त्यावर पतीला वाटलं, की पत्नीचे एखादे काका असतील. तो म्हणाला, 'ठीक आहे, मी लवकर घरी येतो.' घरी आल्यावर पती काकांना भेटला. त्यांना विचारलं, 'अंकल जॉन, तुम्ही कसे आहात?' त्यांनी उत्तर दिलं, 'मी मस्त आहे.' आता तर पत्नीला खात्रीच पटली, की हा तिच्या नवऱ्याचाच काका आहे. मात्र पती त्या माणसाला आपल्या पत्नीचा काका समजून त्याच्याशी चांगलं वागत-बोलत होता. अर्थात त्याला काकांशी चांगलंच वागावं लागणार होतं, नाहीतर त्याची पत्नी, 'माझ्या नातेवाईकांबरोबर हे कधीच चांगलं वागत नाहीत...' म्हणत नाराज व्हायची.

नवऱ्याचे काका असल्याने त्यांची चांगली आवभगत करायला हवी, अशा भ्रमात पत्नी होती. त्यामुळे तिनं काकांना विचारलं, 'रात्रीच्या जेवणात काय करू?' अंकल जॉन म्हणाले, 'मटर पनीर... बटर रोटी... जीरा राईस आणि दाल फ्राय मला खूपच आवडतं.' पत्नीनं अंकल जॉनसाठी त्यांच्या आवडीचे सगळे पदार्थ बनवले.

पाहता-पाहता अंकल जॉन त्या दाम्पत्याच्या घरात चांगलेच रूळले. त्यांच्या जीवनातील उर्वरित ४-५ वर्षं खाण्या-पिण्यात गेली आणि अचानक एके दिवशी त्यांचा मृत्यू झाला. त्यांचं दफन करून घरी आल्यानंतर पती पत्नीला म्हणाला, 'आता कपट खूप झालं. खरं सांगायचं तर, ते तुझे काका नसते, तर मी त्यांना एक दिवसही सहन केलं नसतं.' आश्चर्यचकित झालेली पत्नी किंचाळली, 'काय म्हणालात? माझे काका? अहो! ते तर तुमचे काका होते. तुमच्यामुळेच तर मी त्यांचं वागणं झेलत राहिले.'

ही कहाणी म्हणजे 'चौकशी'चा आधारस्तंभ आहे. कहाणीतील दाम्पत्याने, अंकल जॉन ज्या दिवशी घरी आले, त्याच दिवशी म्हणजे पहिल्याच दिवशी ही चौकशी करणं आवश्यक होतं. त्या दिवशी जर योग्य

प्रकारे चौकशी झाली असती, तर अंकल जॉन पहिल्याच दिवशी पळून गेले असते.

या कहाणीतील अंकल जॉन केवळ एक पात्र, व्यक्तिरेखा आहे. कोणत्याही माणसाचं नाव म्हणून त्याकडे पाहू नका. अन्यथा, एखाद्या मनुष्याच्या ओळखीतील अंकलचे नाव जॉन असल्यास तो त्याला जाऊन विचारेल, 'तू कोण आहेस?' तेव्हा लक्षात घ्या, तुम्हाला इतरांना नाही, तर स्वतःलाच विचारायचं आहे.

असा अंकल जॉन (तुलनात्मक मन) प्रत्येकात असतो, परंतु लोक आयुष्यभर त्याची विचारपूसच करत नाहीत. त्यामुळे ते आरामात मुक्काम ठोकून राहतं. 'आज खायला काय देणार... मला हे आवडतं... ते आवडत नाही...' असं त्याचं तुणंतुणं सतत सुरूच असतं आणि त्याच्या सगळ्या फर्माईशी तुम्ही पूर्ण करत राहता. परंतु त्याच्यावर कधीही शंका घेत नाही. उलट त्यालाच सतत विचारता, 'ईश्वरानं असं का केलं?... तसं का केलं?... ईश्वराला का मानायचं?... ईश्वर कोण?' परंतु स्वतःला कधी प्रामाणिकपणे विचारलंय, 'वास्तवात मी कोण आहे?... पृथ्वीवर येण्याचा माझा हेतू काय आहे?'

रात्री आपल्याला शरीराचा बोध होत नाही.
शरीर नाही तर शरीराची इंद्रियेसुद्धा काम करत नाहीत,
ज्यामुळे हे विश्वच गायब झालेले असते.
मग सकाळी उठल्यानंतर आपण म्हणतो,
'रात्री मला छान झोप लागली.'
पण त्या गाढ झोपेत कोण जागं होतं, कोण झोपलं होतं
आणि हे जाणणारा कोण होता?
सकाळी कोण उठला आणि
रात्री कोण झोपी गेला?

खंड ५

मी कोण

अध्याय
७

मी कोण

समजेसह स्व-चौकशी

तुम्ही जे नाहीत, ते नष्ट करणं-मिटवणं म्हणजे ज्ञान.
तुम्ही जे आहात, ते जागृत करणं म्हणजे स्वध्यान.
तुम्ही जे नाही, त्याचाच अभिनय करणं म्हणजे बेहोशी.
तुम्ही जे आहात, तेच बनून जगणं म्हणजे परम जागरण.
जे 'ध्यानाच्या ध्यानामुळे' शक्य आहे.

प्र. १ : मनोशरीर यंत्राची विचारपूस केल्यानं जे लाभ होतात, ते समजून घेतल्यानंतर आता स्व-चौकशीविषयी जाणण्याची तीव्र ओढ लागलीय. त्याविषयी कृपया मार्गदर्शन द्यावं.

सरश्री : विचारांचा उगम जिथून निघतो, त्या स्रोतावर, स्थानावर गेल्यास आपोआपच 'स्वयं'चा साक्षात्कार घडतो. अगोदर सांगितल्याप्रमाणे, 'मी'चा विचारच सर्वप्रथम विचार आहे. तेव्हा सातत्यानं स्वतःची विचारपूस समजेसह करत राहिल्यास किंवा दिवसातील थोडा वेळ एकांतात 'मी कोण आहे?' असं ध्यान केल्यास, मिळणारं उत्तर हे बुद्धीनं नव्हे, तर अनुभवातून (प्रश्नच उत्तर होऊन) येईल. कारण हाच मूळ आणि पहिला प्रश्न आहे. या 'मी'च्या विचारातूनच इतर विचार येतात. परंतु या सगळ्या विचारांचा पाया

स्वसाक्षीशी (सेल्फशी) जोडलेला आहे. त्यामुळे जोपर्यंत 'मी'चा विचार येत नाही, तोपर्यंत इतर विचार येत नाहीत. यासाठी विचारांच्या मुळाशी जाण्याची आवश्यकता आहे. तिथूनच निर्विचार अवस्थेचं अवलोकन (दर्शन) होईल.

प्र. २ : मी जर सेल्फ आहे, तर मी खूश किंवा दुःखी कसा होऊ शकतो?

सरश्री : जेव्हा तुम्ही, 'मी खूश आहे' असे म्हणता, तेव्हा मनाला मी मानत असता. परंतु जेव्हा, 'मी खुशी आहे' असं म्हणता, तेव्हा ही बाब काही वेगळीच असते! कारण तेव्हा तुम्ही प्रत्यक्षात जे आहात, त्या 'मी'ला मानता. कोणतंही काम मनाप्रमाणं होताच तुम्ही म्हणता, 'आज मी खूप खूश आहे.' आजपर्यंत आपण हेच तर म्हणत आलोय, 'मी खूश आहे.' परंतु जरा विचार करा, तुम्ही आतापर्यंत, 'मी खुशी आहे' असं कधी म्हटलंय का? कदाचित नाहीच. कारण असं, उच्चारल्यानं तुम्ही स्वानुभवावर (आहाsss - आपल्या अस्तित्वाची जाणीव) जाता. कारण प्रेम, आनंद, मौन, रचनात्मकता, आश्चर्य, प्रशंसा हे सगळे सेल्फचे गुण आहेत. म्हणूनच 'मी प्रेम आहे' असं जेव्हा तुम्ही म्हणता, तेव्हा तुम्ही वास्तवात जे आहात, त्याच्यासाठी हे म्हणत असता.

जेव्हा तुम्ही विचारता, 'मी कोण आहे?' (Who am I?) तेव्हा प्रत्यक्षात हा प्रश्न कोण विचारतंय, हे माहिती करून घेणं आवश्यक आहे. शरीर, मन, की बुद्धी? खरंतर यांपैकी कोणीही हा प्रश्न विचारत नाही. ज्यावेळी तुम्ही विचारता, 'मी कोण आहे?' त्यावेळी विचारणारा स्वतःच उत्तर असतो. कारण या प्रश्नाचं उत्तर आपल्यातील जिवंत चैतन्यालाच माहितीय. इथं विचारणाराच उत्तर आहे. या प्रश्नाचं खरं उत्तर केवळ तोच देऊ शकतो, ज्यानं, 'निश्चित कोणाबरोबर काय घडतंय (exactly what to whom?), याचं रहस्य जाणलंय.

मन जेव्हा म्हणतं, 'मी बोअर होतोय.' तेव्हा ताबडतोब विचारा, 'अच्छा! पण कोण बोअर होतंय?' बोअर होण्याचा प्रत्यक्ष अर्थ काय? बोअर होणं म्हणजे नक्की काय? आणि ते कोणासोबत होतंय? सांग...' तेव्हा आपण म्हणाल, 'हे माझ्याबरोबर नाही, तर माझ्या मनासोबत घडतंय.'

हे संभाषण काहीसं असं घडेल. तुम्ही सुरुवातीला विचाराल,

– 'काय होतंय?' उत्तर येईल, 'बोअर होतोय.'

– पुन्हा प्रश्न विचाराल, 'कोण बोअर होत आहे? मी, की मन?' तेव्हा उत्तर येईल, 'मन बोअर होतंय.'

– मग सांगाल, 'मन बोअर होतंय तर होऊ दे. मन तर असंच आहे.'

अशा प्रकारे योग्य वेळी योग्य प्रश्न विचारून आपल्याला मनापासून विभक्त, वेगळं होता येईल.

प्र. ३ : कृपया ही गोष्ट अधिक सविस्तर सांगावी.

सरश्री : समजा, तुम्ही एखाद्या तळ्याकाठी उभे आहात आणि तळ्याच्या पाण्यात तुमचं प्रतिबिंब हलतंय. अशा वेळी कोणी म्हटलं, 'अरे पाहा, तुझी पडछाया हलतेय.' तेव्हा तुम्ही हेच सांगाल, 'जे हलतंय, ते तर माझं प्रतिबिंब आहे. प्रतिबिंब हलल्यानं माझ्यावर काय परिणाम होणार? सांगण्याचं तात्पर्य, जीवनातील घटनांकडंदेखील तुम्ही इतक्याच स्वच्छ, साफ आणि सर्वसमावेशक दृष्टीने पाहायला हवं. प्रत्यक्षात कोणाबरोबर काय होतंय, हे जाणून घेतल्यानंतर तुमच्यात असं काही अद्भुत परिवर्तन घडेल, ज्याची कल्पना तुम्ही आज करू शकत नाही.

आजपर्यंत दुःखाची जाणीव होताच आपण हेच मानत आलोय, 'मी दुःखी आहे...' परंतु आता दुःख जाणवताच स्वतःला विचारा, 'दुःख कोणाबरोबर आहे?' तेव्हा तुम्हाला समजेल, आजपर्यंत 'तुम्हाला' दुःख मिळालंच नाहीये. तुम्ही सदैव मुक्त होता, मुक्त आहात आणि मुक्त राहाल. परंतु ही समज नसल्याने तुम्ही स्वतःला शरीर मानून, 'मी दुःखी आहे.' असंच नेहमी म्हणत राहिलात. परंतु, 'तुम्ही दुःखी कसे असू शकता?' तुम्ही कधी असं म्हणता का, की 'या ग्लासमध्ये कोरडं पाणी आहे.' नाही! असं म्हणूच शकत नाही. छोटा मुलगादेखील हेच सांगेल, 'एकतर पाणी असेल किंवा सुकं! दोन्ही एकत्र कसं असू शकतं?' सांगण्याचा अर्थ, पाणी ज्याप्रमाणे सुकं असू शकत नाही आणि कोरडे असल्यास ते पाणीच असू शकत नाही, त्याचप्रमाणे ज्याचं वास्तविक स्वरूपच खुशी आहे, तो दुःखी कसा होऊ शकतो? याचाच अर्थ, दुःखी होऊच शकत नाही.

जो स्वतः प्रकाश आहे, तो अंधकार कसा होईल? प्रकाश नाहीसा

होताच काळोखाचं अस्तित्व जाणवतं. प्रकाश आहे तोवर अंधार टिकतच नाही. तुम्ही जेव्हा, "exactly what to whom? निश्चित काय होतंय? कोणाबरोबर घडतंय?' ही इन्कायरी कराल, तेव्हा तुमच्या अंतर्यामी खूप काही बदल घडतील. आता जेव्हा दुःख येईल, बोअरडम येईल, तुलना होईल, तिरस्कार, क्रोध, वासना निर्माण होतील, हव्यास वाटेल, ईर्षा होईल, तेव्हा स्वतःला ताबडतोब विचारा, 'प्रत्यक्षात काय होतंय? क्रोध आला तर वास्तवात काय घडतंय? शरीर थरथरतंय... उष्णता वाढलीय... हृदयात धडधड होतेय... चेहरा लालबुंद झालाय... गरम वाफा, उष्णता जाणवतेय... डोळ्यांमध्ये रागाची लाली उतरली आहे... जे घडतंय ते जाणून घ्या. वास्तवात काय घडतंय आणि कोणाबरोबर घडतंय?' समजेसह ही विचारपूस केल्यास तुमच्या आतून हेच उत्तर येईल, की 'हे माझ्याबरोबर घडत नसून, मी ज्या मनोशरीर यंत्राचा वापर करतोय त्याच्यासोबत घडत आहेत.'

आकार तोडा, निराकार जोडा

प्र. ४ : मन निर्विचार कसं बनवावं?

सरश्री : मनाचा अर्थच आहे, विचार. निर्विचार होणं म्हणजे न-मन होणं. 'समजेसह केलेली स्वतःची विचारपूस' हा मनाला शांत करण्याचा मार्ग सांगितला आहे. आध्यात्मिक प्रगतीसाठी ही सर्वांत सुंदर पद्धती आहे. ही पद्धती म्हणजे मार्ग आणि मुक्कामाचं ठिकाणही. तुम्ही जेव्हा, 'मी कोण आहे?' असं विचाराल, तेव्हा प्रश्नाच्या रूपात असलेला हा विचारच इतर सर्व विचारांना नाहीसं करेल. ही विचारपूस करताना इतर कोणताही विचार येऊ शकत नाही, टिकून राहत नाही. त्यामुळे सगळ्या विचारांना संपवून हा शेवटचा विचारदेखील ('मी कोण आहे?' हेदेखील) समाप्त होईल. यानंतर रूपरंगाच्या, स्वरूपाच्या कल्पना नष्ट होतील. मग तुमचं, स्व-अस्तित्व हे शरीरापुरतंच मर्यादित नसून असीम, अमर्याद आहे, हे तुम्ही स्वानुभवातून जाणाल.

प्र. ५ : ही विचारपूस सातत्यानं कशी करता येईल? इतर विचार येणं तर स्वाभाविक आहे. अशा वेळी आपण आपल्या अस्तित्वावर कसं जाऊ शकतो?

सरश्री : यासंबंधी आणखी सूक्ष्मतेनं समजून घेतल्यास वारंवार विचारपूस करण्यात काही अडचण येणार नाही. इतर कोणताही विचार येताच तुम्हाला विचारायचंय, 'हा विचार कोणाला आलाय? हा विचारक कोण आहे?' तुम्हाला सातत्यानं विचार येताहेत, की अधूनमधून हे महत्त्वाचं नाही. तर, महत्त्वपूर्ण आहे, 'विचार कोणाला आला?' हा प्रश्न. तो विचारताच, 'मला आला,' हे उत्तर मिळू शकतं. लगेचच पुढचा प्रश्न विचारा, 'हा मी कोण आहे?', 'मी कोण आहे?' तेव्हा तुम्ही विचारात पडाल. बस्स हीच ती अवस्था, जाणीव आहे. जिथं 'मी कोण आहे?' या प्रश्नाचं उत्तर तुम्हाला, 'मी चैतन्य आहे, साक्षी आहे' असं बुद्धीनं नव्हे, तर या उत्तरांच्या पलीकडे, आपण जे वास्तवात आहात, त्याची जी अनुभूती होईल, ती अनुभवायचीय.

डोळे बंद करूनही तुम्ही उपरोक्त समज अंमलात आणू शकता. याचा मुख्य उद्देश आहे, 'माझं अस्तित्व... माझ्या अस्तित्वाची जाणीव... माझा अनुभव... तेजअनुभवच 'स्व'चा बोध आहे.' ही दृढता प्राप्त होणं अर्थात 'स्व'वर जाणं हेच या प्रश्नाचं (मी कोण?) उत्तर आहे.

अशा प्रकारे प्रत्येक वेळी, प्रत्येक विचार तुम्हाला स्वतःवरच घेऊन जाईल. समजा, तुम्हाला आत्ता विचार आला, 'मला अमुक गोष्ट समजली नाही.'

निराकार (असीम) : जो होता, जो आहे, जो राहील.
आकार (ससीम) : जो नव्हता, आता आहे आणि पुढे नसेल.

तर ताबडतोब विचारा, 'कोणाला समजलं नाही?' जर, 'मला समजलं नाही, तर मी कोण? ... कोण?... कोण?' तेव्हा काही क्षणांसाठी एकही विचार नसल्याचं तुम्हाला जाणवेल. तुम्ही निर्विचार झालात म्हणजे सेल्फच शिल्लक राहिला. अशा प्रकारे वारंवार स्वतःवर जाण्याने मन कमकुवत होत जाईल आणि चैतन्याचा सूर्य प्रकाशमान होईल. वारंवार केलेल्या अभ्यासाने मन स्रोतावर राहायला शिकेल. सेल्फमध्ये डुबकी मारता-मारता ते विरघळेल, विलीन होईल. अगदी तसंच, जसं मिठाचे पुतळे खोली मोजण्यासाठी समुद्रात उतरवतात, तेव्हा ते हळूहळू विरघळतात.

प्र. ६ : विविध ध्यान-पद्धतींपेक्षा स्व-चौकशी श्रेष्ठ कशी आहे?

सरश्री : 'स्व-चौकशी' या स्वज्ञानाच्या पद्धतीचं महत्त्व समजल्यावर तुम्हाला ती करावीशी वाटेल. परंतु तिची उपयुक्तता जर लक्षात आली नाही, तर ती अत्यंत महत्त्वपूर्ण पद्धती असली, तरी तिचा योग्य उपयोग करायला शिकावं, असा विचारही तुम्हाला येणार नाही.

स्व-चौकशी ही 'टू-इन-वन' आहे. चौकशीने जेव्हा व्यक्तीवर (अहंकारावर) शंका, संशय घेतला जातो, तेव्हा ती गायब व्हायला सुरुवात होते. अन्यथा, व्यक्ती नाहीशी न होताच आयुष्यभर एखाद्या रुग्णाप्रमाणे जगत राहते. समजा, एखाद्यानं भारतमातेची खूप चित्रं काढली आहेत. आता त्याने जर भारतमातेचं दर्शन घडावं, म्हणून एखादं मंदिर बनवलं आणि 'भारतमातेचं दर्शन केव्हा होईल?' असा विचार करत राहिला, तर त्याला तुम्ही काय सांगाल? हेच ना, की 'अरे! भारतमाता नावाची कोणतीही देवी नाहीये. ही चित्रं तर मुलांना समजण्यासाठी, त्यांच्यात देशभक्ती जागृत करण्यासाठी बनवली आहेत. कारण मुलांना कहाणीच्या, चित्रांच्या माध्यमातून गोष्टी योग्य प्रकारे समजतात.'

चौकशी सुरू करताच चमत्कार घडायला लागतात. 'खरंच! ज्ञान मिळणं इतकं सोप्पंय का, की फक्त विचारपूस करताच ज्ञानप्राप्तीची सुरुवातही झाली!' हो, हे इतकं सोपं आहे. कारण जे ज्ञान तुम्हाला प्राप्त करायचंय, ते कुठूनही आणावं लागत नाही. ते आधीपासूनच उपलब्ध आहे आणि तेही तुमच्याजवळ. अशा प्रकारे विचारपूस सुरू होताच; स्वतःचं वेगळं अस्तित्व मानून जगणारा, ज्याच्यामुळे व्याकुळता, नैराश्य, अडचणी जाणवतात,

असा नकली 'मी' गायब होऊ लागतो. त्यामुळे एखादी नकारात्मक भावना जाणवू लागताच ताबडतोब चौकशी करा, 'कोण व्याकुळ आहे...? कोण निराश आहे...?' आत खोलवर गेल्यानंतर जाणवेल, 'अरेच्चा, कोणी अस्तित्वातच नाहीये. केवळ शून्य (ब्लँक) आहे. त्यावेळी अन्य काहीही नव्हतं. मग या अवस्थेत असताना थोड्या वेळाने पुन्हा विचार सुरू होतात, 'मी वैतागलोय...' तर स्वतःलाच विचारा, 'कोण वैतागलंय...?'

अशा प्रकारे वारंवार ही विचारपूस करत राहिल्याने, पहिल्या दिवशी थोड्या काळापुरतं तुम्हाला आठवेल. नंतर याचं स्मरण अधिकाधिक होऊ लागेल. त्यानंतर तुमच्या चारही बाजूंनी घडणाऱ्या घटना तुम्हाला स्वतःची विचारपूस करण्याची संधी देतील. भूक लागल्यास, 'कोणाला लागलीय?'... अशा तऱ्हेने प्रत्येक गोष्टीबाबत ही विचारपूस करता येईल. याचा तुम्हाला दुप्पट लाभ होतो. एक तर, मन अंतर्मुख होऊन स्थिर झाल्याने तुमची एकाग्रता वाढते आणि दुसरं, तुम्ही स्व-जाणिवेवर पोहोचता.

वेगवेगळ्या साधना आणि ध्यानपद्धतींच्या साहाय्याने लोकांना एकाग्रता वाढवायची असते. कारण ते त्यांचं ध्येय असतं. त्यासाठी कोणी अर्धा तास ध्यान करतं... श्वासावर लक्ष एकाग्र करतं... परिणामी ध्यानातून उठल्यानंतर एकाग्रता वाढलेली असते. सांगण्याचं तात्पर्य, दररोजच्या या अभ्यासाने तुमची एकाग्रता तर वाढेल, परंतु त्यातून तुम्ही स्व-अनुभवावर पोहोचणार नाही. पण विचारपूस केल्यास दोन कामं एकसाथ होतात. एकाग्रतेबरोबरच स्व-बोधदेखील वाढतो. त्यामुळे स्वचौकशी ही 'टू-इन-वन' आहे.

प्र. ७. मन शांत करण्यासाठी इतर उपाय नाहीत का?

सरश्री : मनाला शांत करणं हे केवळ एक पाऊल आहे, अंतिम टप्पा नाही. मन शांत झाल्यानं जी समज निर्माण होणं अपेक्षित आहे, ती न झाल्यास ही विचारपूस तितकी उपयुक्त ठरणार नाही, जितकी ती असायला हवी. इतर पद्धतींमध्ये ही समज जागृत होत नाही. काहीजण श्वासाच्या कसरतीतून (प्राणायाम) किंवा मंत्रोच्चाराच्या माध्यमातून मन एकाग्र करण्याचा प्रयत्न करतात, परंतु या उपायांनी मन थोड्या वेळासाठी अस्थायीरित्या शांत होतं. समजेअभावी मनात शंकेची पाल पुन्हा चुकचुकते. गल्लीतले (मनातले विचार) पुन्हा

त्रास द्यायला लागतात.

दोन श्वासांदरम्यान मनाला स्थिर ठेवल्यास ते शांत होतं. श्वासाबरोबर मनदेखील स्तब्ध झालंय, थांबलंय असं वाटतं. गाढ झोपेत एका लयीत श्वास सुरू असताना मन शांत होतं, त्याचं अस्तित्व आपल्याला जाणवत नाही. त्यामुळे श्वास स्थिर, स्थित असतानाच आपण स्रोतावर (केंद्रावर) गेल्यास उत्तम. 'स्व-चौकशी'मुळे ही प्रक्रिया सहजपणे होते.

प्र. ८ : विचारांना तर अंतच नाही. त्यामुळे 'स्व-चौकशी' किती काळापर्यंत करायची?

सरश्री : जोपर्यंत स्वतःविषयी असणाऱ्या सगळ्या चुकीच्या कल्पना नाहीशा होत नाहीत, तुम्ही स्व-रूपाला ओळखत नाही, तोपर्यंत ही चौकशी निरंतरतेनं करायची आहे. शेवटी, 'मी शरीर आहे' ही मूळ मान्यता नष्ट होताच आपसूकच विचारपूस बंद होईल. कारण तेव्हा तुम्ही स्वतःवर स्थित झालेले स्थितप्रज्ञ असाल. त्यानंतरही विचार आल्यास तुम्हाला समजलेलं असेल,

'हे विचार माझे नाहीत, मला नाहीत, मी या सर्वांपलीकडचा एक तेजसाक्षी, द्रष्टा आहे. विचार तर माझ्या मनोशरीर यंत्रात आहेत आणि हे यंत्र म्हणजे माझा आरसा आहे. मात्र माझ्या आरशात विचार चाललेत, तर त्याचा मला काय त्रास? आरसा तर केवळ त्याचं काम करतोय, मला माझा चेहरा दाखवतोय. अर्थात तो मला माझीच जाणीव करवून देतोय.'

अशा प्रकारे स्व-चौकशी करून, 'स्व'वर स्थिर राहणं, हीच परमभक्ती आहे. विचार येताच विचारपूस करून त्यांना नष्ट करणं हा आहे खरा त्याग किंवा अनासक्त भाव. हे आपण पुढील उदाहरणाद्वारे जाणून घेऊ या,

डोळे बंद करून तुम्ही जेव्हा विचारांना पाहता, तेव्हा त्या विचारांच्यामागेच सेल्फ (स्वानुभव) असतो. विचारांची ही गाडी चालतच राहते. अनुभवावर पोहोचण्यासाठी तुम्ही या गाडीमध्ये स्वतःचे म्हणजेच स्व-चौकशीचे विचार जोडता. जसं, एखादी लांबलचक ट्रेन चाललीय आणि ती संपतच नाहीये. अशावेळी तुम्ही मध्येच स्वतःची बोगी जोडल्यास

ती समाप्त होईल. 'मी कोण आहे?' हा तुमचा (सेल्फचा) विचार म्हणजेच तुमची बोगी! अशा प्रकारे तुम्ही तुमच्या बाजूने विचार जोडायला शिका. डोळे बंद करून ध्यान करत असताना विचार सुरू झाल्यास, 'आता आपली बोगी, आपले विचार जोडू या' असं म्हणा. लांबलचक असणाऱ्या ट्रेनचा आकार (विचार) आपले विचार जोडताच कमी, लहान होऊ लागेल. मनात विचारांचं रणकंदन जाणवताच, स्वतःची विचारपूस करा. म्हणजे 'मी कोण आहे?' असा प्रश्न विचारून आपल्या जिवंत असण्याच्या जाणिवेवर स्थिर, स्थित राहा. अशा तऱ्हेनं तुम्ही स्व-अनुभव जाणू लागाल.

अध्याय ८

आता मी कोण आहे
Who Am I Now - WAIN

ध्यान दिल्याने प्रत्येक गोष्ट बहरते, खुलते, फळते, फुलते. म्हणून प्रत्येकजण दुसऱ्याचं ध्यान आपल्याकडे आकर्षित करण्याची इच्छा बाळगतो. कारण, ध्यानाचं भांडार, स्रोत स्वतःमध्येच आहे, हे त्याने जाणलेलं नसतं.

'मी कोण आहे'

प्र. १ : 'मी कोण आहे?'

सरश्री : 'मी कोण आहे?' हे जाणण्याआधी, 'मी कोण नाही?' हे स्वतःला विचारा.

... मी हे शरीर नाही (कारण जेव्हा मी म्हणतो, हे माझं शरीर आहे, तेव्हा ते माझं असतं, मी नसतो).

... माझी स्कूटर मी नाही (कारण मी स्कूटर चालवतो).

... माझं घर म्हणजे मी असूच शकत नाही (कारण माझ्या घरी या, असं मी म्हणतो. माझ्यात या, असं म्हणत नाही).

... या शरीराची पंचेंद्रियं (नाक, कान, डोळे, जीभ, त्वचा) मी नाही. मी तर

	इंद्रियांचा वापर करणारा आहे.
...	मी, म्हणजे इंद्रियांशी संबंधित वस्तू (रंग, रूप, आवाज, सुगंध, स्वाद, स्पर्श) नाही.
...	मी, श्वासही नाही, ज्यामुळं हे मनोशरीर यंत्र कार्यरत राहतं.
...	मी, मनही नाही, जे, मी काय असायला हवं, याचा विचार करतं.
...	मी, बुद्धीही नाही, जी गाढ झोपेत शरीरासह गायब होते.

प्र. २ : वर सांगितलेल्या तथ्यातून जर मी शरीर, मन, बुद्धी नसल्याचं सिद्ध होतंय, तर मग शिल्लक राहिलंच काय, जे मी असू शकतो?

सरश्री : तुम्हीच तर शिल्लक राहिलात! तुम्हीच होता पंचशरीर आणि बुद्धीचे मालक. तुम्हीच आहात मनाचे (विचारांचे) साक्षी.

... आता तुम्ही प्रत्येक लेबलच्या पलीकडे आहात.

... जर तुम्ही शरीर नाही, तर मग इंजिनिअर, डॉक्टर, नेता, विद्यार्थी तरी कुठं राहिलात?

... जर तुम्ही शरीर नाही, तर भाऊ, बहिण, आई-वडील, मित्र, पती, पत्नी, शिष्य, गुरू कसे?

... जर तुम्ही शरीर नाही, तर मग कसे असू शकता? काळे, गोरे, ठेंगणे, जाड, उंच, आजारी किंवा निरोगी?

... जर तुम्ही शरीर नाही, तर कुठं आहात मराठी, गुजराथी, सिंधी, पंजाबी, इंग्रजी, मद्रासी, पारशी, मारवाडी?

... जर तुम्ही शरीर नाही, तर कसे असाल हिंदू, मुस्लिम, शीख, ख्रिश्चन, चिनी, बौद्ध, जैन, पारशी किंवा जपानी?

... जर तुम्ही शरीर नाही, तर हसतमुख, हुशार, मंद, सकारात्मक, चपळ, प्रामाणिक, दयाळू, सुस्त तरी कसे असू शकता?

आता तुम्हीच तर शिल्लक आहात; विशुद्ध, पवित्र कोरे करकरीत, रंगरूपाच्या कल्पनेशिवाय असलेले.

म्हणून आपल्या खऱ्या रूपाचा स्वीकार करून ते जसं आहे, तसंच स्वीकारा.

'मी शरीर आहे' या मान्यतेमुळं आज आपण जे नाही, ते बनलो आहोत. आता वेळ आली आहे, आपल्या चेतनेत स्थापित होण्याची, आपण जे आहोत ते बनण्याची. तेज साक्षी, तेज अहम्ची (तेजम्ची) तेज 'मी'ची.

प्र. ३ : या तेजाची ओळख कशी व्हावी? त्याच्यामध्ये स्थापित होण्यासाठी काय करावं?

सरश्री : स्वतःला जाणून त्यात स्थापित होण्यासाठी समजेसह 'मी कोण आहे?' (Who am I?) हे ध्यान करायला हवं.

प्र. ४ : हे ध्यान कसं करावं?

सरश्री : ध्यान करताना लोक ओंकाराचं किंवा एखाद्या मंत्राचं, उपनिषदातील ऋचांचं उच्चारण करतात. हे उच्चारण 'स्व'जागृतीसाठी तितकं प्रभावशाली नाही, जितकं 'मी कोण आहे?' हा प्रश्न. हा प्रश्न विचारताच आपण बेहोशीतून बाहेर पडून उत्तरासाठी सजग होतो. हा प्रश्न अंतरंगात भिडतो आणि आपल्याला आपल्या केंद्रावर-स्वकेंद्रावर पोहोचवतो. सुरुवातीच्या काळात स्व-केंद्रावर पोहोचूनही आपल्याला मौन, शांती जाणता येणार नाही. परंतु हा प्रश्न सावकाश, सातत्यानं विचारत राहिल्यास, तुमच्यातील तेजमौनाचा म्हणजेच तेजस्थानाचा परिचय तुम्हाला होऊ लागेल. मग हा प्रश्नच उत्तर बनू लागेल.

माणसाच्या मनात विचारांची गर्दी असते. हे विचार खंडित करण्यासाठी आणखी एका प्रभावशाली विचाराची आवश्यकता असते. असा विचार, जो इतर सर्व विचारांना नष्ट करेल. जसं, लोखंड लोखंडाला कापतं, विष विषाला मारतं; त्याचप्रमाणे विचारच विचारांचा अंत करेल. 'मी कोण आहे?' हा एक असाच विचार (मंत्र) आहे, जो सगळ्या मान्यता, कल्पना आणि निरर्थक विचारांना नष्ट करू शकतो. आवश्यकता आहे, ती केवळ या शस्त्राचा वापर करण्याची.

त्यामुळे कोणताही विचार येताच... मग तो भीतीचा, लोभ, घृणा, तिरस्कार, चिंता, क्रोधाचा असला तरी. आता स्वतःला विचारा, 'हा विचार कोणाला आलाय?... कोण घाबरलंय किंवा कोणाला तिरस्काराची जाणीव होतेय?' उत्तर येईल, 'मला.' तेव्हा पुन्हा विचारा, 'मला म्हणजे कोणाला? कोण आहे हा मी?' हा प्रश्न उठताच तुम्ही अंतरंगात पोहोचाल आणि

काही वेळातच शांतता पसरेल, मौन पसरेल. या मौनात सत्याच्या प्रकाशाचा (तेजज्ञानाचा) उदय होईल. थोड्या वेळानं पुन्हा एखादा विचार येईल. तो खंडित करण्यासाठी परत विचारा, 'हा विचार कोणाला आलाय?' उत्तर येईल, 'मला.' तेव्हा विचारा, 'मला म्हणणारा मी कोण?' अशा प्रकारे दररोज कमीतकमी २० मिनिटं हे ध्यान करा. दिवसभर कामात असतानाही आपण ते करू शकाल आणि लवकरच या प्रश्नाचं उत्तर अनुभवानं जाणाल. शेवटी अशी एक अवस्था येईल, जिथे सगळे विचार विलीन होऊन, 'मी कोण आहे?' हा शेवटचा विचारही नाहीसा होईल आणि शिल्लक असेल केवळ 'स्वबोध'..., 'असीमचा अनुभव'..., 'आहाsss (AHA - अपने होने का एहसास) आपल्या अस्तित्वाची जाणीव'..., 'तेजज्ञानानुभव...'

आपल्या मूळ अस्तित्वाची ओळख होईपर्यंत, तसंच 'मी शरीर आहे' ही चुकीची मान्यता नष्ट होईपर्यंत ही विचारपूस सातत्यानं सुरू ठेवायचीय. तुमच्या सगळ्या चुकीच्या मान्यता नष्ट होणं, हेच योग्य समजेसह केलेल्या सफल ध्यानाचं प्रमाण असेल. परिणामी स्व-चौकशी बंद होईल. कारण आता तुम्ही स्वतःवर स्थित, स्थिर झालेला असाल. त्यानंतरही जर विचार आलेच, तर तुम्हाला हे माहिती असेल, की 'हे विचार माझे नाहीत. मी तर यांच्या पलीकडे असणारा तेजसाक्षी आहे. विचार माझ्या मनोशरीर यंत्रामध्ये आहेत. हे यंत्र माझा आरसा आहे. माझ्या आरशात जर विचार सुरू असतील, तर मला काय त्रास होणार? आरसा तर त्याचं काम करतोय. म्हणजे मला माझं दर्शन (जाणीव) घडवत आहे. आपली विचारपूस करून स्वानुभवावर परतणं, हीच परमभक्ती आहे. विचार येताच विचारपूस करून ते नष्ट करणं, हाच आहे खरा त्याग, अनासक्त भाव!

प्र. ५ : या ध्यानामध्ये विशेषतः कोणत्या गोष्टी लक्षात घेणं आवश्यक आहे?

सरश्री : 'मी कोण आहे?' विचारल्यावर साधक बुद्धीनं उत्तर देतो, की मी 'हे आहे' किंवा 'ते नाही.' परंतु या पद्धतीनुसार, तुम्हाला उत्तर शब्दांमध्ये द्यायचं नसून, विचारांच्या स्रोतावर जायचंय. त्या जाणिवेवर जायचंय, जे आपण प्रत्यक्षात आहात. मग तिथे तुम्ही काही क्षण असला तरी. अशा प्रकारे दररोजच्या अभ्यासातून आपण 'स्व'वर राहायला लागाल. परिणामी हळूहळू मन दिवसभर आपल्या स्रोतावर (केंद्रावर) आपसूकच जाईल.

या ध्यानात प्राप्त समजेच्या आधारावर आंतरिक जाणीव प्रमुख आहे, बुद्धीचं उत्तर नव्हे. त्यामुळे आपल्याला विचारांच्या मूळ स्रोतावर जायचंय. या ध्यानात सगळ्यांत महत्त्वाची आहे ती समज. Understanding is the whole thing. समजेशिवाय ध्यान केल्यास त्याचे परिणाम काय असतील, याची उदाहरणं खाली दिलेली आहेत.

- मनाचं लक्ष नेहमी ध्यानाने मिळणाऱ्या लाभांवर केंद्रित असेल.
- काहींना असंही वाटेल, की हे ध्यान विचारांचं दमन करण्यासाठी, त्यांना दाबण्यासाठी किंवा एकाग्रता वाढवण्यासाठी आहे. प्रत्यक्षात हे ध्यान तर केवळ आपला स्रोत जागृत करण्यासाठी आहे. एकाग्रता ही आपोआपच वाढत जाते. यामुळे विचार दाबले जात नाहीत, तर ते स्व-मौनात, शांतीत विलीन होतात. तेथेच मिळतो खरा आनंद, तेजानंद.
- काही लोक असाही विचार करतील, की पूर्ण विचार केल्यानंतर, मनन केल्यावरच, 'हे विचार कोणाला येत आहेत?' असं स्वतःला विचारायचं. परंतु तसं नसून, जागृती, सजगता निर्माण होताच विचारांचं चक्र मध्येच खंडित करून विचारणं आवश्यक आहे, 'हे विचार कोणाला येत आहेत?' किंवा 'कुठून येत आहेत?' जर मला येत आहेत, तर मग 'मी कोण?' आणि नंतर स्व-अस्तित्वाच्या जाणिवेवर स्थिर राहायचंय. अशा प्रकारे थोड्या सरावानं हे सहज होऊ लागेल.
- स्व-चौकशीचा शांतीशी काय संबंध? असंही तुम्हाला वाटेल. परंतु मौन, शांती हा तुमचा स्वभाव आहे. तुम्हाला मौन व्हायचं नसून तुम्हीच मौन, सजगता, तेजसाक्षी (Bright awareness) आहात, हे जाणायचंय.
- विचारांशी असणारी आसक्तीच दुःख देते. विचारपूस करता-करता तुम्ही जेव्हा स्वतःवर पोहोचाल, तेव्हा परमशांती अनुभवाल.
- स्व-चौकशी करताना वेगवेगळे अनुभव येऊ शकतात. जसं, प्रकाश दिसणं, शरीराची जाणीव गायब होणं, सुमधुर संगीत ऐकू येणं. परंतु आपल्याला तेव्हाही हीच विचारपूस करायचीय, 'प्रकाश कोण पाहतंय?', 'कोण सुमधुर संगीत ऐकतंय?'... अशा प्रकारे स्व-साक्षीवर पोहोचायचंय.
- तुम्हाला मनाबरोबर भांडायचं नाहीये. प्रत्यक्षात मनालाच मनाशी भांडायचं

असतं. परंतु लढण्याऐवजी, विचार कुठून येताहेत, हे जाणायचं आहे. त्या स्थानाचा अनुभव घ्यायचाय.

- समज आणि जाणीव नसताना, 'मी कोण आहे?', 'मी कोण आहे?' असं विचारत राहिल्यास या चौकशीला मंत्र बनवण्याची चूक एखाद्याकडून होऊ शकते. यामुळे मंत्राचा लाभ तर मिळेल, परंतु 'मी कोण आहे?' याचा साक्षात्कार होणार नाही. 'मी कोण आहे?' हा प्रश्न एकदाच विचारूनही आपण जर स्व-अस्तित्वावर आहात (सेल्फवर), तर हे पुरेसं आहे. म्हणजेच केवळ एकदा प्रश्न विचारूनदेखील तुम्ही तुमचं सगळं लक्ष स्व-अस्तित्वावर केंद्रित करू शकता.

अशा प्रकारे सुरुवातीला थोडा वेळ तुम्ही तुमच्या अस्तित्वावर राहाल. परंतु दररोजच्या अभ्यासानं, सरावानं स्वतःवर राहणं सहज होत जाईल. हीच आहे, सहज समाधी...

प्र. ६ : प्रत्यक्ष ध्यानात 'मी काय करू?'

सरश्री : प्रत्यक्ष ध्यानात कोणताही विचार करू नका आणि कोणताही विचार कसा करायचा नाही, याचाही विचार करू नका.

प्र. ७ : हे ध्यान अत्यंत प्रभावी वाटतंय. या ध्यानानं एकाग्रता वाढते का?

सरश्री : ध्यानाच्या सुरुवातीच्या अवस्थेत एकाग्रता वाढवण्यासाठी काहीजण विविध ध्यान-पद्धतींचा अभ्यास करतात. जसं, पहिल्यांदा त्राटक करतात. यामध्ये भिंतीवर एक बिंदू काढून त्याच्याकडे एकटक पाहतात. मन भरकटल्यास पुन्हा त्या बिंदूवर ते एकाग्र केलं जातं. या सगळ्या पद्धती एकाग्रता वाढवण्यासाठी असतात. विद्यार्थ्यांना अभ्यास करायचा असल्यानं त्यांच्यासाठी एकाग्रता आवश्यक आहे. परंतु सेल्फ इन्कायरीनं एकाग्रता आपोआपच वाढते. शिवाय तुम्हाला ती लक्ष्यापर्यंतही घेऊन जाते. तुम्ही इन्कायरी कराल, लक्ष्यावर केंद्रित व्हाल, तेव्हा बोनसरूपात एकाग्रता आपोआपच वाढेल. जेव्हा आपण तेजस्थानावर (हृदयस्थानावर) जाता, तेव्हा आपली एकाग्रताही वाढते. त्यासाठी वेगळा प्रयत्न करण्याची आवश्यकताच राहणार नाही. तुम्ही एकाग्रता वाढवण्यासाठी स्व-चौकशीचा मार्ग निवडलेला नसूनही तेजस्थानावर जाताच ती वाढते. तुम्ही स्व-चौकशी परम स्रोतापर्यंत पोहोचण्यासाठी करत आहात आणि हेच तुमचं लक्ष्य आहे.

प्र. ८ : **स्व-चौकशीच्या मार्गाचा आणखी कोणता टप्पा आहे का?**

सरश्री : स्व-चौकशीत आणखी एक टप्पा जोडता येईल, तो म्हणजे वर्तमानात राहण्याची कला.

प्र. ९ : **हा तर महत्त्वपूर्ण टप्पा वाटतोय. कृपया याविषयी सविस्तर सांगावे.**

सरश्री : हो. हे एका ॲनॉलॉजीद्वारे विस्तारानं समजून घेता येईल.

एक माणूस नोकरीच्या शोधात प्रदीर्घ काळ वणवण भटकत होता. अत्यंत वैतागलेला, त्रासलेला असा तो अनंत अडचणींना सामोरा जात होता. तशातच त्याला परदेशात राहणाऱ्या आपल्या मित्राची आठवण झाली. त्यानं फोन करून मित्राला सद्यस्थिती सांगितली आणि त्याच्याकडे मदत मागितली. त्या मित्रानं त्याला सांगितलं, 'तू इकडे ये. इथे मी तुला छान नोकरी देईन.' त्यावर तो माणूस म्हणाला, 'अरे, पण मला तर परदेशातील नोकरीचा कोणताच अनुभव नाही. त्यासाठी मला एखादं विशेष ट्रेनिंग मिळेल का?'... त्याचा मित्र हमी देत म्हणाला, 'हो हो, का नाही?... तू फक्त इकडे ये.. लवकर...' मित्राचं बोलणं ऐकून खूश झालेल्या त्या माणसानं परदेशात येण्याचं आश्वासन देत मित्राला विचारलं, 'पण मी कुठे, कधी आणि केव्हा येऊ ते सांग.' मित्रानं त्याला भेटीचं ठिकाण सांगितलं आणि म्हणाला, 'या जागी ये. हे आपल्या दोघांनाही मध्यवर्ती ठिकाण आहे. या ठिकाणी तू बरोबर दहा वाजता ये. तिथं एक समारंभ सुरू असेल, तिथंच आपण भेटू या.'

यावर त्या माणसानं मित्राला विचारलं, 'तू सांगितलेल्या ठिकाणी मी पोहोचलो आणि जर तू तिथं दिसलाच नाहीस, तर मी काय करायचं? मला तर त्या देशाची भाषासुद्धा माहिती नाही. अशा वेळी मला जर कोणी काही विचारलं किंवा सांगितलं, तर मी अडचणीत येईन ना?' परदेशात राहणारा मित्र शंकानिरसन करत म्हणाला, 'जर तुला तिथं काही अडचण आली किंवा कोणी तुला येऊन काही सांगितलं तर तू केवळ 'वेन (Wain)' इतकंच म्हण. वेन म्हणताच तुझ्या सगळ्या समस्या चुटकीसरशी सुटतील आणि तुला काही अडचणही येणार नाही.' हे ऐकून त्या माणसाला जरा हायसं वाटलं.

मित्रानं सांगितल्याप्रमाणं तो ठरलेल्या ठिकाणी पोहोचला. तुम्हाला

माहिती असेलच, की दोन देशांतील वेळेचं मापन-परिमाण हे वेगवेगळं असतं. त्यामुळं तो माणूस रात्री १०ला जाण्याऐवजी सकाळी १० वाजताच तिथं पोहोचला. तेथील समारंभात तो माणूस आपल्या मित्राला शोधू लागला. मित्र तर त्याला रात्री १० वाजता भेटणार होता. अचानक त्याच्या मनात दोन देशांतील समयांतराचा विचार आला आणि लक्षात आलं, की विदेशी वेळेनुसार रात्री १० वाजता त्यांचं भेटायचं ठरलंय. 'आता संपूर्ण दिवस घालवायचा कसा?' या विचारानं त्याची प्रचंड घालमेल सुरू झाली. तेवढ्यात एका विदेशी माणसानं त्याला टोकलं, 'इथं उभा नको राहू, दुसरीकडं जा.' त्या माणसाला तर विदेशी भाषेचं ज्ञान नव्हतं. त्यामुळे तो परदेशी माणूस काय म्हणतोय, हे काही केल्या आणि काय उत्तर द्यावं हेदेखील त्याला समजेना. तितक्यात त्याला मित्राचं बोलणं आठवलं आणि तो म्हणाला 'वेन.' त्यावर तो परदेशी 'ठीक आहे' असं म्हणून निघून गेला. आता या माणसानं सुटकेचा निःश्वास टाकला.

आता तो माणूस त्या समारंभात सगळीकडे फिरू लागला. तिथल्या खाण्या-पिण्याच्या गोष्टींचं, बैठकव्यवस्थेचं निरीक्षण करू लागला. तितक्यात एका वेटरनं येऊन त्याला जे काही सांगितलं, ते त्या माणसाला अजिबातच कळलं नाही. त्यानं आधीसारखंच 'वेन' असं म्हटलं आणि काय आश्चर्य! त्या क्षणी वेटर निघून गेला. मग त्यानं खाद्यपदार्थांचा तसंच मनोरंजक कार्यक्रमांचाही आस्वाद घेतला. एखाद्या जत्रेत असते तशीच व्यवस्था त्या ठिकाणीही होती. संपूर्ण दिवस तो त्या समारंभाच्या ठिकाणी फिरत राहिला. वेगवेगळ्या घडामोडी निरखत राहिला. कोणतीही समस्या किंवा अडचण येताच तो 'वेन' म्हणायचा.

रात्री १० वाजता त्याचा तो विदेशी मित्र तिथं आला. तेथे खूप छोटी-छोटी मुलं त्याच्या मित्राचे मित्र बनलेत, इतकंच नव्हे तर ते सगळे एकत्र खेळताहेत, आनंद लुटताहेत हे त्यानं पाहिलं. तितक्यात त्या माणसानं आपल्या या मित्राला पाहिलं आणि तो लगबगीनं त्याच्याकडे जाऊन म्हणाला, 'अरे, आपण तर रात्री १० वाजता भेटणार होतो; परंतु माझ्या समजण्यात चूक झाली आणि मी सकाळी १० वाजताच इथं आलो.'

त्याचं सगळं बोलणं शांतपणे ऐकल्यानंतर तो परदेशी माणूस त्याला हॉटेलमध्ये घेऊन गेला. तिथं दोघांनीही जेवण केलं. रात्र खूप झाली होती.

तेव्हा तो विदेशी मित्र आपल्या मित्राला म्हणाला, 'आता आपण आराम करू या. सकाळी उठून कामाबद्दल बोलू.' दोघं आपापल्या रूममध्ये गेले. सकाळी उठून विदेशी मित्रानं पाहिलं, मित्र स्वतःच्या खोलीतून गायब होता. त्यानं ताबडतोब खाली जाऊन पाहिलं. तर काय? तो हॉटेलच्या स्टाफला कामात मदत करत होता. शिवाय हॉटेलमध्ये येणाऱ्या लोकांशी गप्पाही मारत होता.

'हा कसा काय परदेशी लोकांबरोबर इतका मिळून-मिसळून गेलाय!' याचंच आश्चर्य त्याच्या मित्राला वाटत होतं. आपल्या मित्राला तो म्हणाला, 'तू किती छान रूळलाय रे इथे!' त्यावर तो माणूस म्हणाला, 'हो, मला इथं खूप आनंद मिळतोय. बरं, आता मला माझ्या नोकरीबद्दल सांग. तू मला कोणती नोकरी देणार आहेस? आणि कोणत्या प्रकारचं ट्रेनिंग?' त्यावर विदेशी मित्र हसून म्हणाला, 'अरे, तुझी नोकरी पक्कीय आणि तुझं ट्रेनिंगही झालंय. याच हॉटेलमध्ये मॅनेजरच्या पोस्टसाठी मी तुला बोलावलं होतं आणि ते काम तू अगदी प्रामाणिकपणे करत आहेस.'

प्र. १०. वरील रूपकाचा अर्थ काय?

सरश्री : या रूपकातील कहाणीवर तुम्ही विचार करत असाल, की हे सगळं कसं झालं? परमुलुखातून आलेल्या, घाबरलेल्या त्या माणसानं दिवसभरात असं कोणतं ट्रेनिंग घेतलं? याचं उत्तर आहे, 'वेन' (Wain). याचा अर्थ, 'या वेळी मी कोण आहे?' (Who Am I Now?)

सामान्य माणसाच्या दैनंदिन जीवनात घडणारी घटना या कहाणीत सांगितली आहे. त्याला समोरच्या माणसाची भाषा समजत नाही. जसं,

... समोरचा माझ्याशी रूक्ष, कोरडेपणानं का वागतो?

... हा माझ्याकडे इतक्या रागाने का पाहतो?

... तो माझा आदर का करत नाही?

... तो मित्र माझं काम का करत नाही?

... माझे पती माझं का ऐकत नाहीत?

... ऑफिसचा शिपाई माझं काम अगोदर का करत नाही?

... माझा शेजारी असे शब्द का वापरतो?

... माझा बॉस मला कुचकामी का समजतो? याचा अर्थ मी योग्य प्रकारे काम करत नाही का?

... समोरच्याचं खोटं कौतुक, स्तुती करताच तो ताबडतोब माझा आदर करतो.

अशा प्रसंगातून सामान्यपणे सगळ्यांना जावं लागतंच. जीवनातील कोणकोणत्या घटनांचा तुम्हाला त्रास होतो, यावर मनन करा. वरील कहाणीत जोपर्यंत विदेशी मित्र जीवनात आला नव्हता, तोपर्यंत तो माणूस किती व्याकुळ, हैराण होता. अशा वेळी त्याच्याकडे 'वेन' हा शब्द नसता, तर तो किती दुःखी झाला असता? सकाळी १० ते रात्री १० पर्यंत वाट पाहणं त्याच्यासाठी किती कष्टप्रद होतं. कदाचित तो तिथून पळूनच गेला असता.

अशा प्रकारे 'यावेळी मी कोण आहे?' याचं ज्ञान जेव्हा माणसाला नसतं, तेव्हा त्याचं जीवन अनंत अडचणींनी व्यापलेलं असतं. 'हे झालं तर मी खूश होईन, ते झालं तर मी खूश होईन... रिटायर झालो तर... एवढा पैसा आला तर मी खूश होईन... हे सेट झालं, ते सेट झालं तर मी खूश होईन... घर मिळावं... गाडी मिळावी... लग्न व्हावं... मुलगा झाला तर मी आनंदी होईन,' असा विचार तो शेवटपर्यंत करत राहतो. परंतु प्रत्यक्षात होतं काय? तर माणूस प्रत्येक समस्येपासून पलायन करत, आनंदासाठी पुढील घटनेची वाट पाहतो. त्यावर अवलंबून राहतो. परिणामतः उद्या-उद्या करणाऱ्या, भविष्य आणि भूतकाळात जगणाऱ्या तुलनात्मक मनाच्या जाळ्यात गुंतत जातो.

परंतु ज्याला 'वेन (Wain) हू ॲम आय नाऊ?'चा अर्थ माहितीय, तो काय करतो? तर तो मुलांबरोबर खेळतो, आनंद घेतो. नवीन जागी, नव्या वातावरणात, भाषेचा गंधही नसताना, भिन्न पेहराव असताना, सगळं काही वेगळं असूनही तो खूश होतो. तेव्हा त्यानं असं कोणतं रहस्य जाणलंय, ज्यामुळे त्याच्यासाठी हे अगदी सहजशक्य झालंय? तेच तर आपल्याला जाणून घ्यायचंय आणि ती म्हणजे वर्तमानात राहण्याची कला. 'वेन' विचारताच आपण वर्तमानात येता. हीच आत्मानंदाची, तेजानंदाची अवस्था आहे.

याच समजेसह आता आपण हा प्रयोग करून पाहा. कोणत्याही अवस्थेत किंवा घटनेत स्वतःला विचारा, 'हू ॲम आय नाऊ?' आणि उत्तर काय येतंय, ते पाहा. काही वेळापूर्वी आपण कोण होता?

... काही वेळापूर्वी एक आखडू माणूस होता.
... काही वेळापूर्वी त्रस्त माणूस होता.
... बोअर माणूस होता.
... संभ्रमित होता.
... अहंकाराचं दर्शन होत होतं.
... तुलना करत होता.

परंतु आता कोण आहात? स्वतःला लगेच विचारा, 'काही वेळापूर्वी मी अमुक-अमुक होतो, पण आता मी कोण आहे?' असं विचारताच तुम्ही ताबडतोब स्वानुभवावर पोहोचाल. मग समस्या आपोआपच सुटतील, विलीन होतील.

अर्थात कहाणीतील व्यक्तिरेखा सकाळी १० ते रात्री १० पर्यंत काय करत होती? प्रत्यक्षात ती ध्यानच करत होती. त्या माणसासमोर वेगवेगळ्या घटना होत गेल्या आणि तो 'वेन' - 'हू ॲम आय नाऊ?' म्हणत अनुभवावर जात राहिला. थोड्या वेळापूर्वी तो गोंधळलेल्या अवस्थेत होता. पण 'वेन' म्हणताच 'वर्तमानात', आपल्या अनुभवावर आला. अशा प्रकारे प्रत्येक घटनेत स्वतःला, 'हू ॲम आय नाऊ?' विचारलं, तर सातत्यानं तुम्ही आपल्या अनुभवावर राहू शकाल.

'हा ड्रेस मला सूट करत नाहीये,' असा विचार मनात येताच स्वतःला ताबडतोब विचारा, 'हू आय ॲम नाऊ?' यामुळे तुम्ही ताबडतोब वर्तमानात याल. जर असा विचार आला, 'माझी उंची इतकी कमी का आहे? माझा हात वर पोहोचतच नाही.' अशा वेळी त्वरित म्हणा, 'वेन.' वेन म्हणताच तुमचे विचार बदलतील आणि तुम्ही म्हणाल, 'ठीक आहे, मी बुटका आहे, पण ईश्वराचा लाडका आहे...' अशा प्रकारे प्रत्येक नकारात्मक विचारासोबत 'हू ॲम आय नाऊ?' हा प्रश्न जोडून तुम्ही तुमच्या अनुभवावर परतू शकता.

अध्याय

९

स्वयंदर्शनासंबंधी मार्गदर्शन

शंका, मार्गदर्शन आणि संकेत

स्व-चौकशी अशी कला आहे, ज्यात विचार (मन) समर्पण करण्याची विधी गवसते. अशा प्रकारे विचारांच्या समर्पणाने दास्यत्व नव्हे, तर स्वातंत्र्य मिळतं.

प्र. १ : स्व-चौकशीमध्ये ज्या अडचणी येतात आणि चुका होतात, त्यासंबंधी कृपया मार्गदर्शन मिळावं.

सरश्री : हा एक चांगला प्रश्न आहे. स्व-चौकशीसंबंधी सखोलतेनं जाणण्यासाठी खाली दिलेले २१ संकेत नेहमी लक्षात ठेवावेत. ते आपल्याला निश्चितच साहाय्यक ठरतील.

१. आपल्या मनोशरीर यंत्राचा चेहरा जसा आहे तसा स्वीकारा. आयुष्यात कोणतीही गोष्ट अर्धवट स्वीकारल्याने दुःख पदरी पडतं. कारण आपण सुखाचा स्वीकार तर दुःखाचा अस्वीकार करतो. आपल्याला यश हवे असते, परंतु अपयश नको असते. सन्मान हवाहवासा वाटतो, तर अपमान नकोसा. उजवा हात आवडता, तर डावा हात नावडता. शरीराच्या

वरच्या भागाचा स्वीकार असतो, तर खालच्या भागाचा अस्वीकार. शरीर बाहेरून स्वीकार, तर आतून अस्वीकार असतं. असा हा अर्धवट केलेला स्वीकार म्हणजे संघर्ष. या विचाररूपी संघर्षात दुःख आहे. म्हणूनच आपलं जीवन पूर्णतः स्वीकारून मोकळेपणानं जगा. अस्वीकारानं आलेल्या संकोचातून, बंदिस्त जगण्यातून मुक्त व्हा, खुलेपणानं जगा.

२. 'मी कोण आहे?' हा प्रश्न विचारल्यानंतर साधक त्याचं उत्तर बुद्धीनं देतो, की 'मी हा आहे' किंवा 'तो नाहीये.' परंतु या पद्धतीत, उत्तर शब्दांत द्यायचं नसून विचारांच्या स्रोतावर जायचंय. किमान काही क्षण तरी त्या जाणिवेवर राहायचंय. अशा प्रकारच्या अभ्यासातून तुम्हाला 'स्व'वर राहण्याची सवय होऊन मनही आपसूकच आपल्या केंद्रावर (स्रोतावर) राहू लागेल. या पद्धतीत आंतरिक जाणीवच महत्त्वाची आहे, बुद्धीचं उत्तर नाही. तेव्हा, विचार जिथून निर्माण होतात, त्या उद्गमावर (तेजस्थानावर) तुम्हाला जायचं आहे.

३. कुठल्याही कामाचं फळ लवकरात लवकर मिळावं, अशी मनाची आकांक्षा असते. 'आज मी स्व-चौकशी केली, तर त्याचा काय फायदा झाला?' हे मनाला सतत पारखायचं असतं. त्याला जर त्यात काही लाभ दिसला नाही, तर ते प्रयत्न करायचं सोडून देतं. लाभ आणि लोभ यामध्ये संयम गमावतं. वास्तविक, लोभ आणि हव्यासापासून मुक्ती मिळवण्यासाठीच तुम्ही ही साधना करत आहात. त्यामुळे साधनेच्या फळाची अपेक्षा न करता दररोज प्रत्येक तासाला प्रत्येक घटनेत संयमासह स्वतःची चौकशी करत राहा. फळ अवश्य मिळेल.

४. अभ्यासादरम्यान काही साधकांना असंही वाटेल, की हे टेक्निक विचारांना दडपण्यासाठी किंवा एकाग्रता वाढवण्यासाठी आहे. परंतु तसं नसून स्रोत (सेल्फ) जागृत करणं, हाच या पद्धतीचा एकमेव हेतू आहे. स्व-चौकशी केल्यानं आपोआप वाढणारी एकाग्रता म्हणजे जणू बोनसच! या पद्धतीत विचार दबून न जाता ते मौनात विलीन होतात. इथेच खरा, तेजआनंद मिळतो.

५. कित्येकांना वाटतं, की स्व-चौकशीसाठी आत्यंतिक धैर्य, ताकद व वेळेची आवश्यकता असते. याशिवाय स्व-चौकशी शक्य आहे. परंतु

ही निराधार आणि चुकीची मान्यता आहे. प्रत्यक्षात, आपल्या अंतरंगातील मौनच आनंदाचा खजिना आहे, ही समज वाढल्यास मनाला आपोआपच त्या मौनाकडे जाण्याची ओढ लागेल. जसं, भुंगा एका फुलावरून दुसऱ्या फुलावर भ्रमण करत राहतो आणि परागकणांचं फूल मिळताच त्याचं भटकणं आपोआपच थांबतं. परागकणांच्या फुलावर तो आपसूकच स्थिर होतो. त्याचप्रमाणे मनाला जेव्हा अस्सल आनंद अंतर्यामीच मिळू लागतो, तेव्हा बाहेरच्या नकली आनंदात ते भटकत नाही. त्यानंतर धैर्य आणि हिंमत आपोआपच वाढू लागते.

६. काहींना वाटेल, की संपूर्ण विचारविमर्ष केल्यानंतरच, 'हे विचार कोणाला आले आहेत?' असं स्वतःला विचारायचं आहे. परंतु इतकी प्रतीक्षा करण्याची आवश्यकताच नाही. जागृती येताच, विचारांना मध्येच छेद देऊन चौकशी करा, 'हे विचार कोणाला आले आहेत? कुठून आले आहेत? जर मला येत आहेत, तर मग मी कोण?' यानंतर तुम्हाला केवळ स्व-अस्तित्वाच्या जाणिवेवर राहायचंय. निरंतर अभ्यासामुळे हे सहज घडू लागेल.

७. 'हे सगळं कुठपर्यंत करायचं?' असा विचार मनात वारंवार येऊ शकतो. परंतु तुम्हाला अशा कोणत्याही शंकेत गुंतून, मनाला गुरू बनवायचं नाहीये. अन्यथा, मन तुमची समजूत घालून, तुम्हाला मायेत गुरफटवून टाकेल. यासाठी कोणत्याही गोष्टीत तुम्ही अडकू नका. फक्त आपल्या गुरूवर विश्वास ठेवून 'स्व-चौकशी' करत राहा. लवकरच तुम्हाला याचे चमत्कार पाहायला मिळतील.

८. एखाद्या साधकाला वाटेल, जेव्हा विचारच नसतील, तेव्हा तिथं काहीही नसणार. कारण रंगरूपाशिवाय स्वतःच्या अस्तित्वाची कल्पना आपण करूच शकत नाही. आपल्याला आकाराचीच सवय आहे. शरीराशिवाय मी असू शकतो, ही बाब आपण मान्यच करू शकत नाही. आपण जेव्हा 'स्व'वर आहोत, तर त्याला वेगळं होऊन कोण बघणार? कारण सेल्फ तर एकच आहे. त्याला कोण वेगळं जाणणार? अनुभवच, अनुभवाचा, अनुभवामध्ये, अनुभव घेतो, जे मनाला अशक्य आहे. परंतु मनाला मात्र विचारांच्या माध्यमातून, त्याचं अस्तित्व कसं आहे, हे पाहण्याची ओढ असतेच.

तुम्ही जेव्हा गाढ झोपेत असता, तेव्हा खरोखरच झोपला आहात किंवा नाही, हे कोण पाहतं? सकाळी उठल्यानंतरच, आपण झोपलो होतो, हे तुम्हाला समजतं. गाढ झोपेतही तुम्ही होता, यामध्ये अविश्वसनीय अशी गोष्टच नाही. तुम्हाला 'स्वतःला' जाणण्यासाठी एखाद्या आरशाची आवश्यकता असते का? कारण आरशाशिवायही तुम्ही, 'मी आहे' हे जाणता. म्हणून आपल्याला कोणत्याही पुराव्याची आवश्यकता नव्हती, नाही आणि नसणार.

९. स्व-चौकशी आणि शांती यांचा काय संबंध? असंही अनेकांना वाटू शकतं. परंतु मौन हाच आपला स्वभाव आहे. तेव्हा तुम्हाला मौन व्हायचं नसून तुम्हीच मौन, सचेत, सजग, जागृत आहात (Bright Awareness), तेजसाक्षी आहात हे तुम्हाला जाणायचंय. विचारांशी असणारी आसक्तीच आपल्याला दुःख देते. विचारपूस करता-करता तुम्ही जेव्हा स्वानुभवावर पोहोचाल, तेव्हा परमशांतीची अनुभूती घ्याल.

१०. आपली विचारपूस करताना वेगवेगळे अनुभव येऊ शकतात. जसं, प्रकाश दिसणं, शरीराची जाणीव नाहीशी होणं, एखादा आवाज किंवा संगीत ऐकू येणं, वेगवेगळे रंग दिसणं, आकाश आणि तारे दिसणं इत्यादी. परंतु तुम्हाला त्यावेळीही हेच विचारायचंय आहे, की 'प्रकाश कोण पाहतोय?' 'कोण आवाज ऐकतोय?' 'रंग आणि तारे मोजणारा कोण आहे?' आणि हे विचारून तुम्हाला स्वसाक्षीवरच (सेल्फवरच) पोहोचायचंय.

११. तुम्हाला मनाशी संघर्ष करायचा नाहीये. जेव्हा अनुभव जाणवत नाही, तेव्हा संभ्रमित झालेलं मन आपल्या इच्छेनुसार त्या अनुभवाची कल्पना करतं. काल मिळालेल्या अनुभवांची पुनरावृत्ती त्याला आजही हवी असते. अशा असमंजस अवस्थेत ते पुन्हा चुकीची विचारपूस करू लागतं. प्रत्यक्षात मनालाच मनाशी भांडायचं असतं. समज मिळताच, वर्तमानात घडणाऱ्या गोष्टींचा साक्षीदार (विटनेस) बनून मन जेव्हा त्यावर प्रश्न उपस्थित करेल, तेव्हा हा संघर्ष आपोआपच बंद होईल. त्याऐवजी विचार कुठून येताहेत, हे आपल्याला जाणायचंय, अनुभवायचंय.

१२. सुरुवातीला स्वानुभवावर तुम्ही काही काळ राहू शकाल. परंतु कालांतरानं, विचारपूस करता-करता स्वतःवर राहणं सहज होत जाईल.

यालाच सहजसमाधी म्हटलंय. तुम्हाला जोपर्यंत स्वतःच्या जिवंत असण्याची जाणीव... तो आनंद मिळत नाही, तोपर्यंत मन त्या अनुभवावर कमी वेळा जाईल. पण एकदा का त्याने स्व-अस्तित्वाचा स्वाद चाखला, की वारंवार, अधिकाधिक वेळ त्या अस्तित्वावरच, राहण्याची त्याला गोडी वाटू लागेल.

१३. 'सर्व शंका दूर झाल्यानंतरच स्व-चौकशी करायला हवी' अशी समजूत असल्यास ती अत्यंत चुकीची आहे. वर्तमानस्थितीत, तुम्हाला जितकी समज मिळालीय, त्याआधारेच काम सुरू करायला हवं. विचारपूस करता-करता उर्वरित समजही येईल. मनात शंका येताच मार्गदर्शकांना भेटून त्यांचं निवारण करा. हे पुस्तक वारंवार वाचून ही विधी योग्य प्रकारे समजून घ्यायला हवी.

१४. एखाद्याकडून स्व-जाणिवेवर न राहताच, 'मी कोण आहे?', 'मी कोण आहे?' असं वारंवार विचारण्याची चूक होऊ शकते. असं घडत असल्यास तो स्व-चौकशीला मंत्राचं रूप देतोय, असा त्याचा अर्थ होईल. यामुळे मंत्राचा लाभ तर होईल, परंतु 'मी कोण आहे?' याचा साक्षात्कार होणार नाही. 'मी कोण आहे?' हा प्रश्न एकदा विचारला आणि आपण आपल्या (सेल्फच्या) अस्तित्वावर पोहोचलात तरी पुरेसं आहे. सुरुवातीला 'मी कोण आहे?' हा प्रश्न अनेकदा विचारावा लागेल. कारण अन्य विचारांकडे आकर्षित होऊन मनाची पळापळ सुरू असते. त्यामुळे त्याला हा प्रश्न वारंवार विचारून स्वानुभवावर आणावं लागेल. सुरुवातीला बेहोशी जास्त आणि जागृती कमी असेल. परंतु सततच्या अभ्यासाने, मी कोण आहे? हा प्रश्न एकदा-दोनदा विचारूनही मन आपसूकच मूळ स्थानी (तेजस्थानावर) येऊ लागेल. अशा प्रकारे सजगता वाढून परिणामी, ही विचारपूस आणखी सहज होऊ लागेल.

१५. एका जागी बसून, डोळे बंद करूनच स्व-चौकशी करता येते, असं वाटत असल्यास ते चुकीचं आहे. सुरुवातीला असं करणं सोपं असलं तरी नंतर प्रत्येक ठिकाणी, चालताना-फिरताना, काम करतानाही ही चौकशी सहजपणे करता येईल. दिवसातून कित्येकदा स्वतःवर गेल्याने 'स्व'चं स्मरण वाढेल. कोण दुःखी झालं? कोण आनंदी झालं? कोण

नाराज झालं? अशा प्रकारे प्रत्येक प्रश्न तुम्हाला तुमच्या अस्तित्वावर घेऊन जाईल. कारण या प्रश्नांची उत्तरं शब्दांमध्ये नाहीत, तर अनुभवांतून द्यायची आहेत. तसं पाहिल्यास, शब्द आणि विचारांमुळे आपण स्व-अनुभवापासून दूर गेलो आहोत. त्याच्याशी पुन्हा जोडलं जाण्यासाठी 'स्व-चौकशी' उपयुक्त आहे.

१६. 'स्व-अस्तित्वावर गेल्यास माझ्या समस्या दूर होतील का?' असाही प्रश्न काहीजण विचारतात; तर त्यांच्यासाठी उत्तर आहे, की 'समस्या कोणाबरोबर आहेत?' असं विचारताच, त्या मला नसून मनोशरीर यंत्रासोबत आहेत, हे तुम्हाला जाणवेल. आजवर आपण शरीरालाच 'मी' मानल्याने सुख-दुःख भोगलेत. या चौकशीमुळे समस्या केवळ दूर होत नाहीत, तर पूर्णपणे विलीन होतात आणि रोगापासून नाही, तर रोग्यापासून मुक्ती मिळते. स्व-चौकशीनं तुम्हाला केवळ खुशी मिळत नाही, तर तुम्ही स्वतःच खुशी बनता, आनंद बनता. स्व-चौकशी विचारांमध्ये नष्ट होणारी ऊर्जा वाचवते. त्यामुळे आपली कार्यक्षमता निश्चितच वाढते. याची अनेक कारणं आहेत. जसं :

अ. शरीराला जितकी जास्त विश्रांती (Relaxation) मिळते, तितकीच अधिक त्याची मेहनत करण्याची क्षमताही वाढते. अधिकाधिक श्रमानं ते जास्तीतजास्त सक्षम (Capable) बनतं. मग हेच शांत मन नव्या, सृजनात्मक (Creative Mind) दिशेनं प्रवास करू लागतं. रचनात्मक मनाची क्षमता जास्त असल्याने हे शांत मनच सृजनात्मक होऊ शकतं. म्हणून ध्यानविधीत शिथिल मनाचं (Relaxed Mind) महत्त्व आहे. शिथिल मन शारीरिक स्वास्थ्यासाठीदेखील लाभकारक आहे. उच्च रक्तदाब (High blood pressure), हृदयरोग (Heart disease) इत्यादी आजार तणावाचाच परिणाम आहेत. निरोगी शरीरात भरपूर काम करण्याची क्षमता असते.

ब. स्वतःची विचारपूस केल्याने चित्त एकाग्र होतं. असं एकाग्र चित्तच कोणत्याही गोष्टीच्या मुळापर्यंत पोहोचू शकतं. बाह्य जगातही जर काही प्राप्त करायचं असेल, तर मनाची एकाग्रता अनिवार्य आहे. वाचनासाठीही एकाग्र चित्ताची मदत होते. कारण एकाग्रतेने स्मरणशक्ती वाढते. मनाचं भरकटणं कमी होतं. मनाचं भरकटणं म्हणजे अनुपस्थित

मन (Absent Mindedness).

क. एकाग्रतेमुळे जागृती (Awareness) निर्माण होते आणि जागृतीमुळे बुद्धी तीव्र (Sharp brain) बनते. यामुळे बाह्य जगतात यश अतिशय सहजपणे मिळते. स्नायू मंडळ (Nerves System) तणावरहित असल्यास त्याची क्षमता अत्युच्च असते आणि कुशलता (Efficiency) अधिकाधिक असते. अशा माणसाच्या गळ्यात यशश्री माळ घालते. 'स्व-चौकशी'चे असे अनेक लाभ आहेत.

१७. उतावीळपणा करू नका, धैर्य राखा. परिणाम लवकर यावा, मनाप्रमाणे यावा, असे विचार अडथळा निर्माण करतात. अधीर बनून मन विचलित होऊ देऊ नका. कारण विचारांनी भरलेल्या मनात समजेचा सूर्योदय लवकर होत नाही. विचारपूस केल्यानं विचार नष्ट होऊन समजेच्या सूर्याचा उदय होईल.

१८. आनंदी राहण्यासाठी जोपर्यंत आपण एखाद्या कारणावर अवलंबून राहाल, तोपर्यंत आपल्याला कायमस्वरूपी चिरस्थायी, आनंद मिळणार नाही. याचं कारण आजचं 'कारण' उद्या असणार नाही. कारणाशिवाय मिळणारा आनंद म्हणजेच तेजानंद! अकारण आनंद हा काही प्राप्त केल्यानं किंवा काही गमावल्यानं मिळत नाही. तर तो स्व-अस्तित्वामुळेच मिळतो. हा आनंद काळाबरोबर कधीही कमी होत नाही. हाच आनंद मिळवणं मनुष्याचं कुल-मूल-लक्ष्य आहे. ते प्राप्त करण्यासाठी, 'समजेसह केलेली स्व-चौकशी' साहाय्यक ठरेल.

१९. स्व-चौकशीचा गुरूमंत्र किंवा टेक्निक समजल्यास, 'स्व'वरच सदैव स्थित राहण्याची कला तुम्ही शिकाल. सुरुवातीला यासाठी आपल्याला थोडा प्रयत्न करावा लागेल, परंतु नंतर हे सहजतेनं घडेल. हा गुरूमंत्र, नॅक शिकण्यासाठी तुम्हाला थोडा वेळ लागेलही. परंतु तो शिकून घेताच, हा वेळ म्हणजे तुमच्या आयुष्यातील सर्वांत मोठी गुंतवणूक ठरेल.

२०. या ध्यानाच्या सुरुवातीला आसन, मुद्रा, वेळ, स्थान, चौकशीतील सातत्य, शुद्धता तसंच डोळ्यांची स्थिती यांवर योग्य पद्धतीने काम केल्यास स्व-चौकशी सहजपणाने होऊ शकते. त्यासाठी खाली दिलेल्या गोष्टींचा लाभ घ्यायला हवा.

२० : १ – आसन (Posture)

अ. शारीरिक आसन आणि बसण्याचं आसन, असे आसनाचे दोन प्रकार असतात.

शारीरिक आसन : मन विचलित असताना शरीर जास्त क्रियाशील असतं, ते अधिकाधिक हलतं-डुलतं. शरीराचं हलणं-डुलणं बंद झाल्यास मनाची चंचलता नाहीशी होऊन ते शांत होईल. त्यासाठी शरीर स्थिर राहू शकेल, असं आसन ध्यानासाठी निवडावं. जसं, पद्मासन, वज्रासन, सुखासन. ही अथवा अशा प्रकारची कोणतीही सुविधाजनक आसनं निवडावीत, ज्यात शरीराच्या कोणत्याही अवयवावर अजिबात ताण येता कामा नये. कारण शरीराच्या कोणत्याही अवयवावर ताण असल्यास तो मनावरही येऊ शकतो. तेव्हा ध्यानाला बसण्यापूर्वी दोन गोष्टींची काळजी अवश्य घ्या. आडवं होऊन, पडून किंवा उभ्यानं स्वध्यान करू नका. कारण आडवं झाल्यास झोप येण्याची शक्यताच जास्त असते आणि उभ्यानं तुम्हाला थकल्यासारखं वाटू शकेल. त्यामुळे बसून स्वध्यान करणं हाच सगळ्यांत योग्य प्रकार आहे. आसन सिद्ध करण्यासाठी, सात्त्विक व हलकं भोजन साहाय्यक ठरतं.

ब. बसण्याचं आसन – बसण्यासाठी गादी, कांबळ, बिछाना, कुशन किंवा अन्य मऊ आसनाची आवश्यकता आहे. ज्यामुळे शरीर सुविधाजनक स्थितीत राहील आणि तुम्हाला थकवा लवकर जाणवणार नाही. परिणामी तुम्ही जास्त वेळ बसू शकाल.

क. बसण्याची स्थिती – बसताना पाठीचा कणा (मेरूदंड) सरळ असावा. त्याच्यावर कोणताही ताण नसावा, तसंच पृथ्वीशी त्याचा ९० अंशाचा कोन होईल अशा प्रकारे बसावं. कारण जेव्हा पाठीचा कणा ९० अंश कोनात आणि पूर्णपणे ताठ असतो, तेव्हा पृथ्वीच्या गुरूत्वाकर्षणाचा परिणाम शरीरावर कमीतकमी होतो. त्यामुळे शरीर न थकता जास्तीतजास्त वेळ ध्यानात बसू शकतं. उभं राहताना, झोपताना, चालतानादेखील पाठीचा कणा सरळच ठेवा. अन्यथा, दीर्घकाळपर्यंत वाकून चालण्याने तसंच मान व कमरेत वाकल्यानं तुमच्या पाठीच्या कण्यालादेखील बाक येतो. यामुळे मनातील विश्वास कमी होऊन तुम्ही

सुस्त व निरुत्साही बनता. परिणामी स्वध्यानात अडथळा निर्माण होतो.

२ – मुद्रा

स्वध्यानासाठी एक विशेष मुद्रा साहाय्यक सिद्ध होते. कित्येक मुद्रांमध्ये 'ज्ञानमुद्रा' श्रेष्ठ मानली आहे. ही मुद्रा हाताचा अंगठा आणि तर्जनी जुळवून तयार होते. यामध्ये अन्य तीन बोटं सरळच ठेवावीत. ही मुद्रा धारण करून दोन्ही हात गुडघ्यांवर किंवा मांडीवर ठेवा, जशी बुद्धाची ध्यानस्थ मूर्ती असते. ध्यानासाठी ही विशिष्ट मुद्रा वापरण्याचंही कारण आहे. जसं, मंदिरात गेल्यावर हात जोडताच मंदिरातील पावित्र्य जाणवतं. हात जोडल्याने मनाला सूचना मिळून ते ताबडतोब शांत राहण्यासाठी तयार होतं.

अशा प्रकारे या विविध मुद्रांमधून विशेषतः एकच मुद्रा निवडा. दीर्घकाळापर्यंत सातत्यानं त्याच मुद्रेत मनाला सूचना देऊन भविष्यासाठी तयार करा. हीच मुद्रा कोणत्याही घटनेत, वातावरणात, स्थानावर तुम्हाला 'त्या' विशिष्ट अवस्थेत घेऊन जाण्यासाठी साहाय्यक ठरेल.

एखाद्याने अप्रिय घटनेची बातमी दिली आणि तुम्ही ती सहन करू शकला नाहीत, तर लगेच निवडलेली मुद्रा धारण करा. यामुळे तुम्ही त्याही अवस्थेत शांत व तणावरहित राहाल. अशा प्रकारे इंटरव्ह्यू देताना, स्टेजवर, ड्रायव्हिंग करताना किंवा गाडीवर मागं बसलेलं असतानाही ही मुद्रा तुम्हाला मदत करेल. यामुळे तुमची एकाग्रता, आत्मविश्वास, स्मरणशक्ती वाढेल.

३ – वेळ

स्वध्यानासाठी एकच वेळ निश्चित करून त्याचवेळी दररोज ध्यान करणं आवश्यक आहे. कधी सकाळी ६ वाजता, कधी ९ वाजता तर कधी संध्याकाळी असं करू नये. पोट भरलेलं असताना किंवा रिकाम्या पोटी हे ध्यान करू नये. या दोन्ही 'अति' तुम्हाला टाळायच्या आहेत. स्वध्यानासाठी अत्यंत योग्य वेळ म्हणजे सूर्योदय आणि सूर्यास्तादरम्यानची वेळ, जिला संधी (जोड) असे म्हणतात. संध्याकाळच्या या वेळेला संधिकाल असंही म्हटलं जातं. ही अशी वेळ असते, जेव्हा पोट भरलेलं किंवा रिकामंही नसतं. कारण रात्रीचं

जेवण सकाळपर्यंत आणि दुपारचं संध्याकाळपर्यंत पचलेलं असतं.

सकाळ आणि संध्याकाळचं वातावरण शांत, शीतल असतं. ज्यामुळे मन ताबडतोब शांत व पवित्र होऊ शकतं. सुरुवातीला मनाच्या एकाग्रतेसाठी, मनाची अस्थिरता कमी करण्यासाठी या सर्व गोष्टी अत्यावश्यक आहेत. आपण एखादी वेळ निश्चित केल्यास, एकाग्र होण्यासाठी ती आपल्याला मदत करते. जसं, आपण एकावेळी एकच काम केल्यास आपली तयारीदेखील (प्रोग्रॅमिंगदेखील) होते. मनाचं इकडं-तिकडं धावणं कमी होतं. सकाळची वेळही यासाठी महत्त्वाची आहे, कारण तेव्हा आपण पूर्ण निद्रितावस्थेत किंवा संपूर्ण जागृतावस्थेतही नसतो. ही अवस्था ध्यानाच्या मूळ अवस्थेशी मिळतीजुळती आहे.

४ – स्थान

स्वध्यानात जितकं महत्त्व आसनाला तितकंच स्थानालाही. जसं, ध्यानाच्या खोलीत हवा खेळती असावी. खोलीतील वातावरण स्वच्छ, शांत आणि मौन असावं, आजूबाजूला गडबड, गोंगाट, आवाज नसावा. कारण आवाजानं मनाची एकाग्रता भंग पावते. समजा, तुम्ही ध्यान करत असलेल्या खोलीबाहेर जर पिकनिकबद्दल गप्पा सुरू असतील, तर मनाला त्याच ऐकण्याची इच्छा होईल. जे मनाला करायला आवडतं, ज्यामुळे त्याला आनंद मिळतो, तिथं मन वारंवार जातंच. परंतु स्वध्यान मनाला बाह्य आनंद देण्यासाठी नसून शांत, एकाग्र, स्थित करण्यासाठी आहे. ध्यानाच्या खोलीत फोन असल्यास तोदेखील बंद करावा. ध्यानाचं स्थान वारंवार बदलणं योग्य नाही. कारण त्यामुळे मनाच्या एकाग्रतेत बाधा येते.

स्वध्यानासाठी एखाद्या विशेष ध्यान कक्षाची (Meditation Room) आवश्यकता नाही. परंतु जर असा एखादा कक्ष उपलब्ध असेल, तर ध्यान आणखी सहजतेनं होईल. नाहीतर आपल्या घरातील एखाद्या कोपऱ्यात ध्यानकक्ष बनवा आणि दररोज कोणत्याही अडथळ्याशिवाय त्याच जागी, त्याच आसनावर, त्याच मुद्रेत ध्यान करा. यामुळे आपण स्वध्यानाच्या अथांगतेत लवकरच प्रवेश करू शकाल. झाडं, वनस्पती,

हिरवळ, फुलं, जीवजंतू, आकाश यांच्या सान्निध्यात ध्यान सहजपणे होऊ शकतं. बाहेरचा निसर्ग अंतर्यामी असलेलं सौंदर्य जाणण्यासाठी साहाय्यक ठरतो.

५ – डोळ्यांची स्थिती, श्वासाची गती

संपूर्ण अभ्यास होईपर्यंत, सुरुवातीला डोळे बंद करूनच विचारपूस करा. अन्यथा, डोळे उघडे राहिल्यास मन बाहेरच्या दृश्यांत भटकण्याची दाट शक्यता असते. डोळे वारंवार उघडत असतील, तर भिंतीकडे तोंड करून काही अंतरावर बसा (भिंतीवर कोणतंही चित्र, पेंटिंग्ज नसावीत), ज्यामुळे डोळे उघडले तरीही समोरच्या भिंतीवरील इतर कोणत्याही गोष्टी तुम्हाला आकर्षित करू शकणार नाहीत.

याशिवाय श्वास सहज असावा. कारण श्वासाचा मनाशी गहिरा संबंध आहे. जेव्हा क्रोध येतो, मन अशांत असतं, तेव्हा श्वासाची गती तीव्र होते, हे तुम्ही अनुभवलं असेल. मन शांत असताना श्वासही सावकाश, एका लयीत सुरू असतो. श्वास शांत, संथ असेल तर मनदेखील शांत होऊ लागेल.

तुम्ही संघात, एकत्रितरित्या 'सामूहिक स्वध्यान'देखील करू शकता. एकत्र ध्यान करताना, कोणी साधक टाळाटाळ करत असेल किंवा ध्यानात बाधा आणत असेल, तर बाकीचे त्याला ध्यानासाठी प्रोत्साहित करू शकतात. ध्यानाची आठवण करून देऊन ते करण्यासाठी त्याला प्रेरित करू शकतात, जिथे सर्वांचं लक्ष्य एकच असतं. अशा संघातून प्रेरणादेखील मिळते.

६ – स्वध्यानातील निरंतरता

स्वध्यान साधना सातत्यानं आणि अजिबात खंड न पाडता करण्याची आवश्यकता आहे. स्वध्यानात खंड पडल्यास ते आळसाचं कारण होऊ शकतं. दिवसातून ज्याप्रमाणे आपण दोन वेळा जेवतो, त्याचप्रमाणे स्वध्यानही सुरुवातीला दिवसातून कमीतकमी एकदा किंवा दोनदा होणं आवश्यक आहे. जसजशी निरंतरता वाढत जाईल, तसतशी स्वध्यान साधना श्वासाप्रमाणे तुमच्यासोबत असेल. सततच्या अभ्यासानं हे सहजशक्य आहे आणि त्याचे फायदे आपल्याला भविष्यात मिळतील.

७ - शुद्धता

शारीरिक शुद्धतादेखील स्वध्यानासाठी अनिवार्य आहे. आंघोळ करून साफ, स्वच्छ, सैलसर कपडे घालून स्व-चौकशीसाठी बसा.

पूर्वक्रिया

स्वध्यानासाठी कोणताही उतावीळपणा करू नका. स्वध्यानापूर्वीच्या सर्व क्रिया शांतपणे, संयमाने करा. जसं स्नान करणं, आसन घालणं इत्यादी कार्य समर्पित भावनेनं करा. हे करताना कोणतीही घाईगडबड करू नका.

साधकाचे 'गुरू' किंवा 'शिक्षक' असल्यास ते जास्त शुभ आहे. कारण स्वध्यानातील अनुभव ते आपल्या गुरूंना सांगून त्यांच्याकडून योग्य मार्गदर्शन घेऊ शकतात. परंतु अशी सोय नसल्यास मिळणाऱ्या अनुभवांकडे लक्ष न देता, स्वध्यान साधना निरंतरपणे सुरू ठेवा.

शीघ्र परिणामांसाठी आपल्या दिनचर्येवर नियंत्रण ठेवा. मन दिवसभर तणावाखाली राहील, अशी कामं करू नका. ती न केल्याने ताबडतोब परिणाम मिळतील. परंतु कोणत्याही परिस्थितीत तुम्ही परिणामांची चिंता करू नका, तसेच परिणामांना पडताळू नका.

स्वध्यानानंतर कोणतंही काम घाईगडबडीनं करू नका. उठण्यात, चालण्यात जी सहज गती आहे, ती तशीच राहू द्या. तुमच्याकडून कोणतीही घाईगडबड करू नका.

२१. जेव्हा स्व-अस्तित्वच शिल्लक राहील, तेव्हा 'मी कोण आहे?' हा प्रश्न आपसूकच नाहीसा होईल. यामुळे इतकं अथांग मौन पसरेल, की 'मी कोण आहे?' हे विचारणारादेखील शिल्लक राहणार नाही. तुमच्या सभोवताली मौनच असेल. मौनातदेखील इतका आनंद असतो, हे तुम्हाला पहिल्यांदाच जाणवेल. प्रश्न विचारणारा मनासोबत विलीन झाला, तर प्रश्नदेखील मनाचाच हिस्सा होता, हे लक्षात येईल. शब्दांची उत्तरंदेखील मनाचीच असतात. विचारांचा स्रोत प्रकट झाल्यानं दोघेही विलीन होतील. स्रोत म्हणजे उगमस्थान, तेजस्थान, मूल केंद्र, सेल्फ, तेजसाक्षी, स्वसाक्षी, तेजम् किंवा ईश्वर.

खंड ६
गुमनाम मंत्र

अध्याय
१०

भस्मासुराची कहाणी

सारांश

मन जेव्हा स्वतःची विचारपूस सुरू करेल (स्वतःवर हात ठेवेल), तेव्हा त्याचा अंतदेखील भस्मासुराप्रमाणे होईल.

आता या पुस्तकाचा सारांश एका छोट्या कहाणीद्वारे समजून घेऊ या. तुम्ही भस्मासुराची कहाणी ऐकलीच असेल. भस्मासूर असा राक्षस होता, ज्याने तपाचरणाने शंकराला प्रसन्न करून वरदान प्राप्त केलं होतं. 'ज्याच्या मस्तकावर मी हात ठेवेन तो भस्म होईल,' असं वरदान प्राप्त केल्यानंतरच तो भस्मासूर नावानं प्रसिद्ध पावला.

शंकराकडून वरदान मिळालेल्या भस्मासुराने शिवाच्या मस्तकावरच हात ठेवून त्या वरदानाची प्रचिती घ्यायचं ठरवलं. घाबरलेल्या शंकरांनी मदतीसाठी वेगवेगळ्या देवांकडे धाव घेतली. भस्मासूरही त्यांच्या मागेमागेच होता. कारण शिवाच्या मस्तकावर हात ठेवून त्यांना भस्मसात करण्याची त्याची इच्छा होती. शेवटी भगवान विष्णूंच्या साहाय्यानं भस्मासुराचा अंत झाला. भगवान विष्णु मोहिनी स्त्रीचं रूप धारण करून त्या राक्षसाला सामोरे गेले. ते लावण्य पाहताच राक्षस अतिप्रसन्न झाला आणि मोहिनीशी

विवाह करण्याचा मोह त्याला झाला. मोहिनीरूप धारण केलेल्या विष्णूंनी भस्मासुराला सांगितलं, 'माझ्याबरोबर नृत्य कर आणि त्यामध्ये मी जशा मुद्रा करतो, तशाच तूदेखील कर.' भस्मासुराने ते मान्य केलं आणि मोहिनीप्रमाणे नृत्य करू लागला. नृत्य करता-करता जेव्हा मोहिनीरूपी विष्णूंनी आपला हात स्वतःच्या डोक्यावर ठेवला, तेव्हा त्याच मुद्रेची नक्कल करत राक्षसानेही आपला हात आपल्या डोक्यावर ठेवला आणि तत्क्षणी भस्म झाला. अशा प्रकारे भस्मासुराचा अंत झाला.

या कहाणीत राक्षस म्हणजे कॉन्ट्रास्ट (तुलनात्मक) मनाचं प्रतीक आहे, जे जगातील प्रत्येक गोष्टीवर अनुमान लावतं, शंका घेतं. परंतु, 'आपण स्वतःच दुःखाचं कारण तर नाही ना?' असा विचारही त्याच्या मनात डोकावत नाही. तुलना करण्याच्या सवयीनं ते आपल्यातील शिवाला म्हणजेच शुभ, मंगल, भाग्यच भस्म करायला बघतं. तेव्हा त्याचं भाग्य शंकराप्रमाणे त्याच्यावर रुसून नाराज होतं आणि दुर्भाग्यात बदलतं. तुलनात्मक मन स्व-चौकशी न करता नेहमी प्रत्येक गोष्टीची विचारपूस करतं, परंतु जेव्हा ते विष्णूंच्या (गुरूंच्या) मदतीनं स्वतःवर शंका घेऊ लागतं, की बोअर किंवा दुःखी होणारा, घृणा अथवा तिरस्काराच्या अग्नीत जळणारा कोण आहे? तेव्हा ते पहिल्यांदा आपल्यामागे दडलेल्या सेल्फसाठी न-मन (भस्म) होऊन, निमित्त बनतं. त्यानंतर सेल्फ (चैतन्य) प्रकाशमान होतं.

मन जेव्हा स्वतःवर हात ठेवेल, म्हणजे स्वतःची विचारपूस करेल, तेव्हा त्याचा अंत भस्मासुराप्रमाणेच होईल. तुम्ही हे जे पुस्तक वाचता आहात, 'ईश्वरच आहे, तुम्ही आहात, की नाही हे निश्चित करा, शोध घ्या' त्यात प्रत्यक्षात भस्मासुराचीच कहाणी सांगितली आहे. त्या माध्यमातून तुम्हाला स्वतःची विचारपूस (आपल्या डोक्यावर हात) कशी करावी, हे सांगितलं आहे.

जे लोक हा ग्रंथ वाचून त्याचा लाभ घेत आहेत, ते या कहाणीचा अर्थ योग्य प्रकारे समजू शकतील. ज्यांनी 'स्व-चौकशी' सुरू केली आहे, त्यांच्यासाठी ही कृपाच आहे. ते सांगतात, 'आजपर्यंत आम्हाला कधी शंकाही वाटली नाही, की आम्ही कोणाला 'मी' मानलंय, कोणाचं दुःख स्वतःचंच मानून बसलोय? कोणाच्या आनंदाला माझा म्हणतोय? आणि याच कारणांनी वारंवार दुःखी बनतोय.

'मी कोण आहे?' हे तुम्हाला ज्ञात होताच भस्मासुराचं भस्म होईल. तुम्ही जेव्हा 'दुःखी कोण आहे, हे जरा आतमध्ये जाऊन पाहू या तरी' याची विचारपूस करता, तेव्हा कोणीच सापडत नाही. 'कोण दुःखी आहे...?' दुःखी असणारा असा कोणी

अस्तित्वातच नाही. विचार आला आणि आतमध्ये थोडी विचारपूस करताच तो विचार गायब झाला... निर्विचार... तेदेखील इतक्या सहजपणे! अशा वेळी तुलनात्मक मन भस्म होतं, पण पुन्हा प्रकटतं... भस्म होतं, पुन्हा प्रकट होतं... अशा प्रकारे हे नृत्य चालूच राहतं. जोपर्यंत तुलनात्मक मन पूर्णतः भस्म होत नाही, तोपर्यंत हे असंच चालू राहतं. पण कमीतकमी त्याची सुरुवात तर झाली आहे आणि सुरुवातच मंगलदायक होऊ शकते.

अध्याय

११

शरीराची प्रयोगशाळा

एक प्रयोग

तुलनात्मक मन आहे कोंबडा
सहज मन आहे मोर
कोंबड्याला कोंबडा बनवा
मोर शुड वर्क मोर अँड मोर

खालील प्रयोग वाचल्यानंतर पुस्तक बाजूला ठेवून तो करून पाहा. त्यापूर्वी तुम्हाला हे समजून घ्यावं लागेल, की तुम्ही तुमच्या शरीराचा केवळ उपयोग करत आहात, प्रत्यक्षात शरीर म्हणजे तुम्ही नाही. जसं, गाडी चालवताना तुम्ही, 'मी गाडी आहे' असं म्हणत नाही, तर 'ही माझी गाडी आहे.' असंच नेहमी म्हणता. कारण ज्या गोष्टीसोबत तुम्ही 'माझं', 'माझा' हे शब्द वापरता ते तुम्ही होऊच शकत नाही (माझं घर, माझा डोळा). हे समजण्यासाठी खालील प्रयोग करा.

आपल्या उजव्या हाताकडे पाहून प्रश्न विचारा, 'हा हात मी आहे का?' हा प्रश्न स्वतःला बुद्धीने नव्हे, तर अनुभवातून विचारून बघा. यासाठी एक मिनिट द्या. आपल्या हाताकडे पाहून स्वतःलाच विचारा, 'हा हात मी आहे का?' तुम्हाला तुमच्या हातासोबत काय जाणवतंय...? हाताकडे काळजीपूर्वक पाहा... तो हात तर माझा आहे, परंतु हात

म्हणजे मी नाही, हाच अनुभव तुम्हाला येईल. हे शरीराच्या प्रत्येक अवयवाबरोबर (पाय, गुडघे...) करून पाहा. तेव्हा कोणती भावना (फिलिंग) येईल... 'अरे, हा तर मी नाहीच...'

पुढचा प्रश्न विचारा, 'हा हात जर कापला तर माझं अस्तित्व शिल्लक असेल की नाही?' नक्कीच असणार! 'तरीदेखील मी पूर्णच आहे' आतून जी जाणीव, जो अनुभव आहे, तो हेच सांगेल, की 'मी तर पूर्णच आहे.'

एखाद्या दुर्घटनेत हात-पाय कापावे लागणारे लोकही हेच सांगतात, 'मी तर आहेच.' ते कधीही असं म्हणत नाहीत, की 'मी अगोदर पूर्ण होतो... आता अर्धा आहे.' कारण शरीराचा कुठलाही अवयव कापल्याने तुम्ही कापले जात नाही. या वास्तवाचा जेव्हा तुम्हाला अनुभव यायला लागेल, तेव्हा 'मी शरीर आहे' ही मूळ मान्यता समूळ नष्ट होईल.

चेतना निद्रिस्त झाली तर मन मालक बनतं. जेव्हा स्वध्यानाच्या शक्तीने चेतना स्वतःच स्वामी, मालक असल्याची घोषणा करते, तेव्हा मन नोकर बनतं. स्व-ध्यानात अनुभवकर्ता, अनुभवकर्त्याचा, अनुभवात, अनुभव करतो.

अध्याय १२

गुमनाम मंत्र
सर्वांत ईश्वर पाहण्याची कला

जगामध्ये जितके लोक आहेत, मग ते गरीब असो
अथवा श्रीमंत, काळे असो वा गोरे,
कोणत्याही धर्माचे असोत; प्रत्येकात ईश्वर आहेच.

या पुस्तकाच्या सुरुवातीला तुम्ही मशहूर मंत्र माहिती करून घेतला. आता शेवटी गुमनाम मंत्राविषयी जाणून घेऊ या. सुरुवातीला अर्धवट असलेली कहाणी आता पूर्ण करू या.

महानगरात मशहूर मंत्र शिकलेल्या रामला जर आपल्या हवन होमची आठवण आली आणि तिथे जाण्याची त्याला अनावर ओढही लागली, तर त्याला काय करावं लागेल? अशा वेळी त्याला एक नवीन मंत्र देण्याची आवश्यकता असेल, ज्याचं नाव आहे, 'गुमनाम मंत्र.' त्याने या मंत्राचं स्मरण करून 'हवन होम' मध्ये परतायला हवं; परंतु तो आपल्या सावलीसोबतच खूश असल्याने पुन्हा कधी परतलाच नाही.

सर्वसामान्यपणे मनुष्याच्या बाबतीतही हेच घडतं. तो मायेत इतका गुरफटतो, की आपल्याला स्वानुभवावर परतायचंय, हेच त्याला आठवत नाही. विश्वात खूप कमी

लोक हवन होममध्ये म्हणजे आपल्या अस्सल स्वभावावर परत येतात. तुम्हाला स्वानुभवावर परत येण्याची इच्छा असल्यास 'स्व-चौकशी' करून गुमनाम मंत्र आठवा.

हा गुमनाम मंत्र, गुप्त मंत्र आहे – 'आहाऽऽऽ!' आहाचा अर्थ या पुस्तकात तुम्हाला समजला आहे. म्हणजे आपल्या अस्तित्वाची जाणीव. आता या मंत्राचं प्रत्येक घटनेत सातत्याने स्मरण करा.

या पुस्तकात 'मशहूर' प्रसिद्धीत अडकू नका, हाच संदेश दिला आहे. म्हणजेच आपल्या तसेच इतरांच्याही शरीरांत अडकू नका. प्रत्येक ठिकाणी सत्याच्या अभिव्यक्तीसाठी आपल्या शरीराला निमित्त बनवा. हे शरीर मंदिर आहे. त्यामुळे यामध्ये सतत स्वदर्शन करत राहा. हे ज्ञान (आहा), जुनं, गुलामी, अशांती, अज्ञान, वृत्ती यांच्यापासून मुक्त करण्यासाठी तसंच सर्व प्रकारच्या मान्यतांपासून मुक्त होण्यासाठीही आहे.

हे सर्व घडण्यासाठी युक्तीची आवश्यकता आहे. म्हणून तुम्ही मशहूर मंत्रामध्ये अडकू नका, मग तो कितीही प्रसिद्ध असला तरी. हीच आहे ती युक्ती. मग सगळ्यांनी त्याची भरभरून चर्चा केली तरीही तुम्ही मात्र त्याकडे पाठच फिरवा.

लोकांनी एखाद्या वस्तूसाठी मशहूर म्हटलं, तर तुम्ही ताबडतोब 'आहा'वर (अपने होने का एहसास = स्वअस्तित्वाच्या जाणिवेवर) शिफ्ट व्हा. कोणी म्हटलं, 'अरे! ही गोष्ट तर खूपच मशहूर होतेय', तर लगेच म्हणा, 'आहा!' (आश्चर्य). आहा म्हणताच तुम्हाला तुमच्या अनुभवाची, स्व-अस्तित्वाची आठवण येईल. समोरचा जेव्हा तुमचा 'आहा' ऐकेल, तेव्हा तोदेखील खूश होईल. यामुळे कोणालाही त्रास होणार नाही. समोरचा जर तुमची प्रशंसा करत असेल, तर तुम्हाला स्वतःची (अस्सल 'मी'ची) आठवण यावी. यामुळे तुम्ही तुमची पडछाया (अहंकार) स्वतःपासून वेगळी करून पाहू शकाल. इतकी वर्ष तुम्ही पडछायेबरोबरच जगत असल्यामुळे, सावली आणि मी वेगवेगळे आहोत, असा विचारही कधी आला नाही. गुमनाम मंत्रामुळे किमान या विचाराची सुरुवात तरी होईल.

जगात जितके लोक आहेत, मग ते श्रीमंत असो अथवा गरीब, काळे किंवा गोरे, कोणत्याही धर्माचे असोत, प्रत्येकात ईश्वरच आहे; हे आता तुम्हाला समजलंय. हे पुस्तक या गोष्टीचं प्रमाण असून, योग्य समज प्राप्त झाली तर, 'ईश्वरच आहे, तुम्ही आहात, की नाही हे निश्चित करा, शोध घ्या.' या वाक्याचं तुम्हाला दररोज स्मरण होईल. हे वाक्य आपल्या जगण्याचा अविभाज्य भाग बनवा. अशा प्रकारे तुम्ही घरी

किंवा ऑफिसमध्ये कुठेही असलात, तरी प्रत्येक ठिकाणी, प्रत्येकात तुम्हाला ईश्वरदर्शन घडू शकतं. प्रत्येकात ईश्वर पाहणं, हे तेजज्ञान आहे आणि तेच आपल्याला आत्मसात करायचंय.

समजा, तुमचा भाऊ गाढ झोपेत आहे आणि तुम्हाला कोणी विचारलं, 'हा कोण आहे?' तेव्हा तुम्ही सांगाल, 'तो माझा भाऊ आहे.' पण त्यावर विचारणारा जर असं म्हणाला, 'अरे, तो तर झोपलाय! मग तो तुमचा भाऊ कसा काय असणार?' त्यावर तुम्ही काय उत्तर द्याल? 'झोपलेला असला म्हणून काय झालं, आहे तर माझा भाऊच ना!' अशाच प्रकारे काही लोकांमध्ये ईश्वर निद्रिस्त अवस्थेत आहे, परंतु तरीदेखील ईश्वरच आहे ना!

काही शरीरात ईश्वर अल्पशा बेहोशीत, नशेत, कोमामध्ये आहे. पण म्हणून, त्या शरीरात ईश्वर नाहीच, असं सिद्ध होत नाही. शरीर जिवंत आहे, याचा अर्थच तिथे ईश्वर आहे. फक्त विविध अवस्थांमध्ये आहे इतकंच. हे ज्ञान प्राप्त झाल्याने अज्ञान दूर होतं आणि ईश्वर प्रकटतो. तुम्हाला एका माणसात जरी ईश्वर दिसला, तरी प्रत्येकात तुम्ही केवळ ईश्वरच पाहाल. मग अवस्था कोणती का असेना. तुम्हाला आवडत नसलेल्या माणसासाठीही हीच प्रार्थना करा, की त्याच्या शरीरातदेखील ईश्वरानं आणखी खुलेपणानं कार्य करावं. अशा प्रकारे प्रार्थना करून तुम्ही त्या माणसामध्येही ईश्वराचंच दर्शन घेत आहात, असाच याचा अर्थ होतो. कारण ईश्वर जसा सर्वांमध्ये आहे, तसाच तो तुमच्यातही आहे.

अज्ञानामुळे काही लोक शरीरालाच ईश्वर मानतात. प्रत्यक्षात शरीराच्या आतमध्ये जे जिवंत, चैतन्य आहे, स्व-बोध, अनुभव, चेतना आहे, तिलाच ईश्वर म्हटलंय. व्यक्तीनं (अहंकार, तुलनात्मक मन) जर, 'मी ईश्वर आहे' असं मानलं तर तो चूकच करतोय. कोणतंही शरीर ईश्वर नसतं, हेच सत्य आहे. शरीर तर शव आहे आणि त्याच्या अंतर्यामी असलेला शिव म्हणजे ईश्वर आहे. अज्ञानामुळे, ज्ञानाचं विस्मरण घडल्याने अशा चुका होण्याची शक्यता असते. त्यामुळे स्वतःला सदैव स्मरण देत राहा, 'ईश्वरच आहे, तुम्ही आहात, की नाही हे निश्चित करा, शोध घ्या.'

ooo

हे पुस्तक वाचल्यानंतर आपला अभिप्राय कृपया या पत्त्यावर अवश्य पाठवा :
Tejgyan Global Foundation, Pimpri Colony Post Office,
P. O. Box 25, Pune - 411 017. Maharashtra (India).

'सरश्री' द्वारे रचित इतर पुस्तक

शिष्य उपनिषद
गुरु-शिष्य यांच्या साक्षात्काराच्या कथा

पृष्ठसंख्या : १६०   मूल्य : ₹ १५०

Also available in Hindi

मनुष्याची इच्छा असेल तर तो गुरूंच्या सान्निध्यात राहून जीवनात आनंदाची पेरणी करू शकतो किंवा त्यांच्यापासून दूर राहून काटेही उगवू शकतो. त्याची इच्छा असेल तर, याच जीवनात नरकाची यात्रा करू शकतो किंवा स्वर्गाचा आनंदही तो उपभोगू शकतो. या दोन्ही दिशा त्याच्यासाठी सताड खुल्या असतात. मनुष्य स्वतःचा मित्र असू शकतो, तसाच शत्रूही असू शकतो. आपलं शरीर हरीकडे नेणारं द्वारही बनू शकतं आणि हरीपासून आपल्याला दूरही करू शकतं. वास्तविक, हे शरीर हरीचं (ईश्वरापर्यंत पोहोचणारं) साधन कसं बनेल, ही कला फार थोडे लोक जाणतात. त्यासाठी आवश्यकता असते, ती त्या द्वारातून आत नेणाऱ्या, योग्य गुरूंच्या मार्गदर्शनाची आणि ते ग्रहण करणाऱ्या खऱ्या शिष्याची!

गुरू, ईश्वर आणि आपल्यात जणू एखाद्या पुलाप्रमाणे कार्य करतात. गुरूंचं शरीर सत्याचं स्मरण करून देण्यासाठी निमित्तमात्र असतं. त्यांच्याद्वारे मनुष्यानं सत्यप्राप्ती करून, सत्यात स्थापित व्हायला हवं.

क्षमेची जादू

क्षमेचं सामर्थ्य जाणा, सर्व दुःखांपासून मुक्त व्हा

पृष्ठसंख्या : १७६   मूल्य : ₹ १५०

Also available in Hindi

तुम्ही स्वतःवर प्रेम करता का? तुम्हाला सदैव आनंदी राहायचं आहे का? तुमचे कौटुंबिक, सामाजिक, व्यावसायिक नातेसंबंध मधुर आणि दृढ करायचे आहेत का? तुम्हाला जीवनात यशाचं शिखर गाठायचं आहे का?

या सर्व प्रश्नांची उत्तरं होकारार्थी असतील, तर तुम्हाला केवळ एकच शब्द म्हणायला शिकायचं आहे तो म्हणजे 'सॉरी' 'मला माफ करा.' सॉरी, क्षमा, माफी... शब्द कोणतेही असो, मनःपूर्वक माफी मागितल्याने जीवनात चमत्कार घडू लागतात, तुमचं अंतःकरण (इन-साफ) शुद्ध, स्वच्छ होतं. एवढंच नव्हे, तर तुमची मागील सर्व कर्मबंधनं नष्ट होऊन, भाग्योदय होतो.

यात आपण शिकाल - ● क्षमेद्वारे सुख-दुःखाच्या पल्याड जाऊन, आनंदी कसं राहाल ● विकारातून मुक्त होण्यासाठी काय कराल ● आपली सर्व कर्मबंधनं, क्षमेद्वारे कशी नष्ट कराल ● आपल्या शरीराच्या अवयवांची क्षमा मागून, उत्तम स्वास्थ्य कसं प्राप्त कराल ● इतरांना का आणि कशा प्रकारे माफ करून, स्वतःवर प्रेम कराल ● क्षमेद्वारे मोक्षमापर्यंतचं अंतिम यश कसं प्राप्त कराल

कसं प्राप्त कराल
ईश्वराचं मार्गदर्शन

पृष्ठसंख्या : १६०   मूल्य : ₹ १५०

Also available in Hindi

ईश्वर विविध माध्यमांद्वारे आपल्याला सतत मार्गदर्शन देत असतो. पण चुकीच्या धारणांमुळे, अज्ञानामुळे आपण ते समजू शकत नाही. परिणामी अमूल्य संदेशापासून वंचित राहून आपण आयुष्यभर दुःखच झेलत बसतो... ईश्वराची साथ सदैव आपल्या सोबत असते. इतकंच नव्हे, तर तो सतत आपल्या अंतरंगात विराजमान असतो. सुखात आणि दुःखातही त्याची उपस्थिती कायमच असते. मग तरीही आपण या दिव्य मार्गदर्शनापासून वंचित का राहतो? कारण ईश्वराचं मार्गदर्शन कसं प्राप्त करावं, याबाबतीत आपण अनभिज्ञ असतो.

प्रस्तुत पुस्तक म्हणजे ईश्वरीय संदेश ग्रहण कसा करावा, यासंबंधी दिशा दाखवणारा दीपस्तंभच! आयुष्याच्या प्रत्येक टप्प्यावर समृद्ध, ज्ञानसंपन्न आणि उन्नत बनण्यासाठी, तसेच जीवनाचा अर्थ जाणण्यासाठी हे पुस्तक तुम्हाला नक्कीच मदत करेल. मग तुम्हीही ईश्वराला म्हणाल, 'जेथे जातो तेथे तू माझा सांगाती.'

एक अल्प परिचय
सरश्री

स्वीकार मुद्रा

सरश्रींचा आध्यात्मिक शोधाचा प्रवास त्यांच्या बालपणापासूनच सुरू झाला होता. हा शोध सुरू असतानाच त्यांनी अनेक प्रकारच्या पुस्तकांचं अध्ययन केलं. त्याचबरोबर या शोधकाळात त्यांनी अनेक ध्यानपद्धतींचा अभ्यासही केला. त्यांच्यातील या जिज्ञासेने त्यांना अनेक वैचारिक आणि शैक्षणिक संस्थांमध्ये जाण्यासाठी प्रेरित केलं. जीवनाचं रहस्य समजण्यासाठी त्यांनी **प्रदीर्घ काळ मनन करून आपलं शोधकार्य सातत्याने सुरू ठेवलं. या शोधातूनच त्यांना 'आत्मबोध' प्राप्त झाला.** आत्मसाक्षात्कारानंतर त्यांना जाणवलं, की **अध्यात्माचा प्रत्येक मार्ग ज्या शृंखलेने जोडलेला आहे, तो म्हणजे 'समज'** (Understanding). आत्मबोधप्राप्तीनंतर त्यांनी अध्यापनाचं कार्य थांबवलं आणि जवळ जवळ दोन दशकांहूनही अधिक काळ आपलं समस्त जीवन अखिल मानवजातीच्या आध्यात्मिक विकासासाठी अर्पण केलं.

सरश्री म्हणतात, ''सत्यप्राप्तीच्या सर्व मार्गांचा प्रारंभ जरी वेगवेगळ्या मार्गांनी होत असला, तरी सर्वांचा अंत मात्र एकच समज प्राप्त केल्याने होतो. ही **समज'च सर्व काही असून ती स्वतःमध्ये परिपूर्ण आहे. आध्यात्मिक ज्ञानप्राप्तीसाठी या 'समजे'चं श्रवणच पुरेसं आहे.''** ही समज प्रकाशमान करण्यासाठी आजपर्यंत त्यांनी **आध्यात्मिक विषयांवर तीन हजारांहून अधिक प्रवचनं दिली आहेत.** या प्रवचनांद्वारे ते अध्यात्मातील अतिशय गहन संकल्पना सहज, सुलभ आणि व्यावहारिक भाषेत समजावून सांगतात. समाजातील प्रत्येक स्तरावरील मनुष्य सरश्रींद्वारे सांगितल्या जाणाऱ्या या समजेचा लाभ घेऊ शकतो.

ही समज प्रत्येकाला आपल्या अनुभवातून प्राप्त व्हावी, यासाठी सरश्रींनी **'महाआसमानी परमज्ञान शिबिर'** आणि त्यासाठी आवश्यक असणारी कार्यप्रणाली (सिस्टिम) तयार केली. **तिचा लाभ आज लाखो लोक घेत आहेत.** या प्रणालीला आय.एस.ओ. (ISO 9001:2015) प्रमाणपत्रही लाभलंय. या प्रणालीमुळेच अनेकांना सत्यमार्गावर वाटचाल करण्याची प्रेरणा मिळाली आहे. या समजेचा प्रचार आणि प्रसार

करण्यासाठी त्यांनी 'तेजज्ञान फाउंडेशन' या आध्यात्मिक संस्थेचा पाया रचला. **'हॅपी थॉट्सद्वारे उच्चतम विकसित समाजाची निर्मिती करणे,'** हेच या संस्थेचं मुख्य उद्दिष्ट आहे.

विश्वातील प्रत्येक मनुष्य आज सरश्रींच्या मार्गदर्शनाचा लाभ घेऊ शकतो. त्यासाठी कोणत्याही धर्म, जात, उपजात, वर्ण, पंथ वा लिंग यांचं बंधन नसतं. विश्वाच्या प्रत्येक कानाकोपऱ्यांतील लोक आज 'तेजज्ञान'च्या अनोख्या ज्ञानप्रणालीचा (System for Wisdom) लाभ घेत आहेत. याच व्यवस्थेचा आणखी एक महत्त्वपूर्ण भाग म्हणजे, **दररोज सकाळी आणि रात्री ९ वाजून ९ मिनिटांनी लाखो लोक विश्वशांतीसाठी प्रार्थना करत आहेत.**

बेस्ट सेलर पुस्तक 'विचार नियम' शृंखलेचे रचनाकार म्हणूनही सरश्रींना ओळखलं जातं. **केवळ पाच वर्षांच्या कालावधीत या पुस्तकाच्या १ कोटीपेक्षा अधिक प्रती** वितरित झाल्या आहेत. याशिवाय आजवर त्यांनी विविध विषयांवर **१०० हून अधिक पुस्तकं लिहिली** आहेत. त्यांपैकी 'विचार नियम', 'स्वसंवाद एक जादू', 'शोध स्वतःचा', 'स्वीकाराची जादू', 'निःशब्द संवाद एक जादू', 'संपूर्ण ध्यान' इत्यादी पुस्तकं बेस्ट सेलर झाली आहेत. ही पुस्तकं दहापेक्षा अधिक भाषांमध्ये अनुवादित असून, पेंगुइन बुक्स, हे हाउस पब्लिशर्स, जैको बुक्स, मंजुळ पब्लिशिंग हाउस, प्रभात प्रकाशन, राजपाल ॲण्ड सन्स, पेंटागॉन प्रेस आणि सकाळ प्रकाशन इत्यादी प्रमुख प्रकाशन संस्थांद्वारे ती प्रकाशित झाली आहेत.

तेजज्ञान फाउंडेशन परिचय

तेजज्ञान फाउंडेशन आत्मविकासातून आत्मसाक्षात्कार प्राप्त करण्याचा एक मार्ग आहे. यासाठी सरश्रींद्वारा एक अनोखी बोधप्रणाली (System for Wisdom) निर्माण झाली आहे. या प्रणालीला आंतरराष्ट्रीय प्रमाणपत्राद्वारे ISO 9001:2015च्या आवश्यकतेनुसार आणि निकष पडताळून सरळ, व्यावहारिक आणि प्रभावी बनवलं गेलं आहे.

या संस्थेच्या प्रबोधनपद्धतीच्या भिन्न पैलूंना (शिक्षण, निरीक्षण आणि गुणवत्ता) स्वतंत्र गुणवत्ता परीक्षकांद्वारे (Quality Auditors) क्रमबद्ध पद्धतीने पडताळलं गेलं. त्यानंतर या पैलूंना ISO 9001:2015साठी पात्र समजून या बोधपद्धतीला हे प्रमाणपत्र प्रदान करण्यात आलं.

या फाउंडेशनचे लक्ष्य आहे नकारात्मक विचारांकडून सकारात्मक विचारांकडे वाटचाल. सकारात्मक विचारांकडून शुभ विचारांकडे म्हणजे हॅपी थॉट्सकडे प्रगती. शुभ विचारांकडून निर्विचार अवस्थेकडे मार्गक्रमण आणि निर्विचार अवस्थेच्या अंती आत्मसाक्षात्कार प्राप्ती. 'मी सर्व विचारांपासून मुक्त व्हावे' हा विचार म्हणजे शुभ विचार (हॅपी थॉट्स). 'मी प्रत्येक इच्छेपासून मुक्त व्हावे', अशी इच्छा म्हणजे शुभ इच्छा.

तेजज्ञान म्हणजे ज्ञान व अज्ञान या दोहोंच्या पलीकडचे ज्ञान. पुष्कळ लोक सामान्य ज्ञानाच्या (General Knowledge) माहितीलाच ज्ञान मानतात. परंतु अस्सल ज्ञान आणि नुसती माहिती यांत फार मोठे अंतर आहे. आजमितीला लोक सामान्य ज्ञानाच्या उत्तरांनाच जास्त महत्त्व देतात. अशा ज्ञानाचे विषय म्हणजे कर्म आणि भाग्य, योग आणि प्राणायाम, स्वर्ग आणि नरक इत्यादी. आजच्या युगात सामान्यज्ञान प्राप्त करणारे लोक, शिक्षक मोठ्या प्रमाणावर आहेत; परंतु हे ज्ञान ऐकून जीवनात परिवर्तन घडून येत नाही. असे ज्ञान म्हणजे केवळ बुद्धिविलास आहे किंवा अध्यात्माच्या नावावर चाललेला बुद्धीचा व्यायाम आहे.

सर्व समस्यांवरील उपाय आहे तेजज्ञान. क्रोध, चिंता आणि भय यांपासून मुक्त जीवन म्हणजे तेजज्ञान. शारीरिक, मानसिक, सामाजिक, आर्थिक आणि आध्यात्मिक प्रगतीचा, सर्वांगीण प्रगतीचा मार्ग आहे तेजज्ञान. तेजज्ञान आपल्या अंतरंगात आहे. येथे या आणि या गोष्टीचा अनुभव घ्या.

आपल्याला असे ज्ञान हवे आहे, की जे सामान्य ज्ञानापलीकडे आहे, जे प्रत्येक समस्येवरील उत्तर आहे, जे प्रत्येक समजुतीपासून, गृहीत धारणांपासून आपल्याला मुक्त करते, ईश्वरी साक्षात्कार घडविते, अंतिम सत्यात स्थापित करते. आता वेळ आली आहे शाब्दिक, सामान्यज्ञानातून बाहेर येऊन तेजज्ञानाचा अनुभव घेण्याची!

आजवर जप-तप, तंत्र-मंत्र, कर्म-भाग्य, ध्यान-ज्ञान, योग-भक्ती असे अनेक मार्ग अध्यात्मात सांगितले आहेत. या सर्व मार्गांनी प्राप्त होणारी अंतिम समज, अंतिम ज्ञान, बोध एकच आहे. अंतिम सत्याच्या शोधकाला, साधकाला शेवटी जी एकच 'समज' प्राप्त होते, ती 'समज' श्रवणानेसुद्धा प्राप्त होऊ शकते. अशा समजप्राप्तीसाठी श्रवण करणे यालाच तेजज्ञान प्राप्त करणे म्हटले गेले आहे. तेजज्ञानाच्या श्रवणाने सत्याचा साक्षात्कार घडतो, ईश्वरीय अनुभव मिळतो. हेच तेजज्ञान सरश्री महाआसमानी शिबिरात प्रदान करतात.

महाआसमानी परमज्ञान
शिबिर परिचय आणि लाभ (निवासी)

तुम्हाला सर्वोच्च आनंद हवाय? असा आनंद, जो कोणत्याही बाह्य कारणावर अवलंबून नाही... जो प्रत्येक क्षणी वृद्धिंगत होतो. या जीवनात तुम्हाला प्रेम, विश्वास, शांती, समृद्धी आणि परमसंतुष्टी हवी आहे का? शारीरिक, मानसिक, सामाजिक, आर्थिक आणि आध्यात्मिक अशा आयुष्याच्या सर्व स्तरांवर यशस्वी होण्याची तुमची इच्छा आहे का? 'मी कोण आहे' हे तुम्हाला अनुभवाने जाणावंसं वाटतं का?

तुमच्या अंतर्यामी अशा सर्व प्रश्नांची उत्तरं जाणण्याची इच्छा आणि 'अंतिम सत्य' प्राप्त करण्याची तृष्णा असेल, तर तेजज्ञान फाउंडेशनतर्फे आयोजित 'महाआसमानी शिबिरा'त तुमचं स्वागत आहे. हे शिबिर सरश्रींच्या मार्गदर्शनावर आधारित आहे. सरश्री, आजच्या युगातील आध्यात्मिक गुरू असून, ते आजच्या लोकभाषेत अत्यंत सहजपणे आध्यात्मिक समज प्रदान करतात.

महाआसमानी शिबिराचा उद्देश :

विश्वातील प्रत्येक मनुष्यानं 'मी कोण आहे', या प्रश्नाचं उत्तर जाणून तो सर्वोच्च आनंदाच्या अवस्थेत स्थापित व्हावा, हाच या शिबिराचा मुख्य उद्देश आहे. प्रत्येकाला

असं ज्ञान प्राप्त व्हावं, जेणेकरून त्यानं प्रत्येक क्षणी वर्तमानात जगण्याची कला आत्मसात करावी. तो भूतकाळाचं ओझं आणि भविष्याची चिंता यांतून मुक्त व्हावा. प्रत्येकाच्या आयुष्यात कधीही न संपणारा आनंद आणि योग्य समज यावी. शिवाय, प्रत्येकानं समस्या विलीन करण्याची कला आत्मसात करावी. थोडक्यात, मनुष्यजन्माचा उद्देश सफल व्हावा, हाच या शिबिराचा उद्देश आहे.

'मी कोण आहे? मी येथे का आहे? मोक्ष म्हणजे काय? या जन्मातच मोक्षप्राप्ती शक्य आहे का?' असे प्रश्न जर तुमच्या मनात असतील, तर त्यांवरील उत्तर आहे- 'महाआसमानी शिबिर'.

महाआसमानी शिबिराचे मुख्य लाभ :

वास्तविक या शिबिराचे लाभ तर असंख्य आहेत; पण त्यांपैकी मुख्य लाभ पुढीलप्रमाणे-

* जीवनात शक्तिशाली ध्येय निश्चित होतं
* 'मी कोण आहे' हे अनुभवाने जाणता येतं (सेल्फ रियलायजेशन)
* मनाचे सर्व विकार विलीन होतात.
* भय, चिंता, क्रोध, बोरडम, मोह, तणाव या नकारात्मक बाबींतून मुक्ती
* प्रेम, आनंद, मौन, समृद्धी, संतुष्टी, विश्वास अशा दिव्य गुणांशी युक्ती
* साधं, सरळ पण शक्तिशाली जीवन जगता येतं
* प्रत्येक समस्येचं निराकरण करण्याची कला प्राप्त होते
* 'प्रत्येक क्षणी वर्तमानात जगणं' हा तुमचा स्वभाव बनतो
* आपल्यातील सर्व सकारात्मक शक्यता खुलतात
* याच जीवनात मोक्षप्राप्ती होते

महाआसमानी शिबिरात सहभागी कसं व्हाल?

या शिबिरात सहभागी होण्यासाठी तुम्हाला खालील बाबींची पूर्तता करायची आहे-

१) तुमचं वय कमीत कमी अठरा किंवा त्यापेक्षा अधिक असायला हवं.

२) सर्वप्रथम तुम्हाला 'सत्य-स्थापना' (फाउंडेशन ट्रुथ रिट्रीट) शिबिरात सहभागी व्हावं लागेल. या शिबिरात, तुम्ही प्रामुख्यानं दोन बाबी शिकाल- प्रत्येक क्षणी वर्तमानात जगण्याची कला कशी आत्मसात करावी आणि निर्विचार अवस्था कशी प्राप्त करावी.

३)	प्राथमिक स्तरावर तुम्हाला काही प्रवचनं ऐकायची असून, त्यांतून तुम्ही मूलभूत समज आत्मसात कराल आणि महाआसमानी शिबिरात प्रवेश करण्यासाठी तयार व्हाल.

महाआसमानी शिबिर वर्षभरात चार-पाच वेळा आयोजित केलं जातं. यात हजारो सत्यशोधक सहभागी होतात. महाआसमानी शिबिराची पूर्वतयारी तुम्ही तेजज्ञान फाउंडेशनच्या नजीकच्या सेंटरवरही करू शकता. महाराष्ट्रात अहमदनगर, सातारा, औरंगाबाद, नाशिक, नागपूर, वर्धा, अमरावती, चंद्रपूर, यवतमाळ, कोल्हापूर, सांगली, रत्नागिरी, लातूर, बीड, नांदेड, परभणी, पनवेल, मुंबई, ठाणे, सोलापूर, पंढरपूर, जळगाव, अकोला, बुलढाणा, धुळे, भुसावळ आणि महाराष्ट्राबाहेर सुरत, अहमदाबाद, बडोदा, नवी दिल्ली, बेंगलुरू, बेळगाव, धारवाड, रायपूर, भुवनेश्वर, कोलकाता, रांची, लखनौ, कानपूर, चंदीगढ, जयपूर, चेन्नई, पणजी, म्हापसा, भोपाळ, इंदोर, इटारसी, हर्दा, विदिशा, बुऱ्हाणपूर या ठिकाणी महाआसमानी शिबिराची पूर्वतयारी करू शकता.

तेजज्ञान फाउंडेशनमध्ये उपलब्ध असणाऱ्या सरश्रीलिखित पुस्तकांचं वाचन करून किंवा सरश्रींच्या प्रवचनांच्या सीडीज ऐकूनही तुम्ही या शिबिराची पूर्वतयारी करू शकता. याशिवाय, तुम्ही टीव्ही, रेडिओ किंवा यू ट्युबवरील सरश्रींच्या प्रवचनांचा लाभही घेऊ शकता. पण लक्षात घ्या, पुस्तकांतील ज्ञान, सीडी, टीव्ही, रेडिओ आणि यू ट्युबवरील प्रवचनं म्हणजे 'तेजज्ञानाची तोंडओळख' आहे; 'संपूर्ण तेजज्ञान' मुळीच नाही. तुम्ही महाआसमानी शिबिरात सहभागी होऊनच तेजज्ञानाचा आनंद घेऊ शकता. तेव्हा आगामी महाआसमानी शिबिरात सहभागी होण्यासाठी आजच संपर्क करा- 09921008060/75, 9011013208

महाआसमानी शिबिरस्थान :

हे शिबिर पुण्यातील मनन आश्रम येथे आयोजित केलं जातं. येथे तुमच्या निवासाची आणि भोजनाची व्यवस्था केली जाते. तुम्हाला काही शारीरिक व्याधी असतील आणि त्यासाठी जर तुम्ही नियमितपणे औषधं घेत असाल, तर शिबिरात येताना ती सोबत बाळगावीत. शिवाय, वातावरणानुसार गरम कपडे, स्वेटर, ब्लँकेटही आणावं.

पुणे शहरापासून १७ किलोमीटर अंतरावर अत्यंत निसर्गरम्य परिसरात मनन आश्रम वसलेला आहे. आश्रमात महिला आणि पुरुष यांच्या निवासाची स्वतंत्र व्यवस्था असून येथे जवळपास ८०० लोकांच्या राहण्याची व्यवस्था आहे. आपण हवाईमार्ग, हायवे किंवा रेल्वे अशा कोणत्याही मार्गाने पुण्यात येऊ शकता.

मनन आश्रम : मनन आश्रम, पुणे, सर्व्हे नं. ४३, सणस नगर, नांदोशी गाव, किरकटवाडी फाटा, तालुका- हवेली, जिल्हा-पुणे-४११०२४. फोन : 09921008060

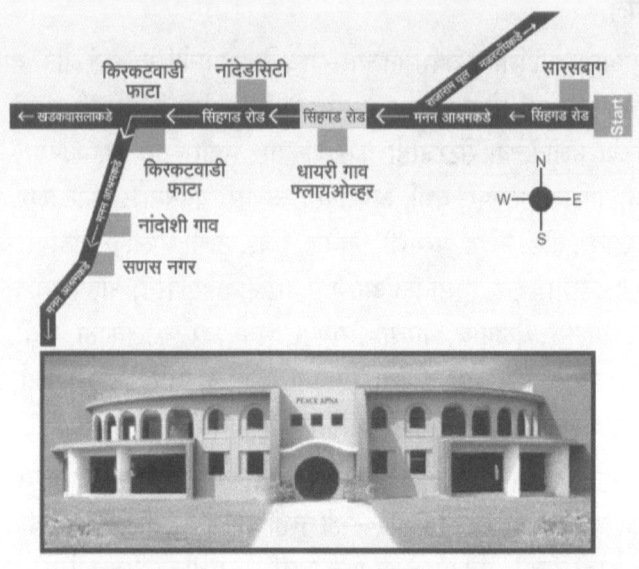

आता एका क्लिकवर शिबिराची नोंदणी!

आता तुम्ही पुढील शिबिरांसाठी **ऑनलाइन** नोंदणी करू शकता.

महाआसमानी परमज्ञान शिबिर परिचय आणि लाभ (५ दिवसीय निवासी शिबिर)

मॅजिक ऑफ अवेकनिंग (केवळ इंग्रजी भाषिकांसाठी ३ दिवसीय महाआसमानी शिबिर)

आध्यात्मिक नींव स्थापना (किशोरवयीन मुलांसाठी मिनी महाआसमानी निवासी शिबिर)

 www.tejgyan.org

तेजज्ञान इंटरनेट रेडिओ

तेजज्ञान इंटरनेट रेडिओद्वारे २४ तास ३६५ दिवस, सरश्रींच्या प्रवचन आणि भजनांचा लाभ घ्या. त्यासाठी पाहा लिंक –
http://www.tejgyan.org internetradio.aspx

विविध भारती F.M. वर दर रविवारी सकाळी १०:०५ ते १०:१५ वा.

नोट : या कार्यक्रमांच्या वेळेत बदल झाल्यास नोंद ठेवावी.

www.youtube.com/tejgyan च्या साहाय्यानेदेखील सरश्रींच्या प्रवचनांचा लाभ घेऊ शकता.
For online shoping visit us - www.tejgyan.org, www.gethappythoughts.org

---

आपणास हवी असलेली पुस्तकं घरपोच मिळण्यासाठी मनीऑर्डर पाठवा. ही पुस्तकं आमच्या खर्चाने रजिस्टर्ड पोस्ट, कुरिअर आणि व्ही.पी.पी.द्वारे पाठवली जातील. त्यासाठी खालील पत्त्यावर संपर्क साधावा.

वॉव पब्लिशिंग्ज् प्रा. लि.

*रजिस्टर्ड ऑफिस : E- 4, वैभव नगर, तपोवनमंदिराजवळ, पिंपरी, पुणे -४११०१७
* पोस्ट बॉक्स नं. ३६, पिंपरी कॉलनी, पोस्ट ऑफिस, पिंपरी-पुणे - ४११०१७
फोन नं. : 09011013210 / 9623457873
आपण पुस्तकांची ऑर्डर ऑनलाईनही देऊ शकता.
लॉग इन करा - www.gethappythoughts.org
३०० रुपयांहून अधिक किमतीची पुस्तकं मागवल्यास १०% सूट मिळेल आणि डिलिव्हरी फ्री.

तेजज्ञान फाउंडेशनच्या मुख्य शाखा

- **पुणे :** (रजिस्टर्ड ऑफिस)
  विक्रांत कॉम्प्लेक्स, तपोवन मंदिराजवळ,
  पिंपरी, पुणे : 411 017.
  फोन : (020) 27412576, 27411240

- **मनन आश्रम :**
  सर्व्हें नं. ४३, सणस नगर, नांदोशी गांव,
  किरकटवाडी फाटा, तालुका : हवेली,
  जि. पुणे : 411 024. फोन : 09921008060

e-books

The Source • Complete Meditation • Ultimate Purpose of Success • Enlightenment • Inner Magic • Celebrating Relationships • Essence of Devotion • Master of Siddhartha • Self Encounter and many more.
Also available in Hindi at gethappythoughts.org

Free apps

U R Meditation & Tejgyan Internet Radio on all platforms like Android, iPhone, iPad and Amazon

e-magazines

'Yogya Aarogya' & 'Drushtilakshya'
emagazines available on www.magzter.com

e-mail

mail@tejgyan.com

website

www.tejgyan.org, www.gethappythoughts.org

❋ **नम्र निवेदन** ❋

विश्वशांतीसाठी लाखो लोक दररोज सकाळी
आणि रात्री ९:०९ मिनिटांनी प्रार्थना करत आहेत.
कृपया, आपणही यामध्ये सहभागी व्हा.

❖❖❖ ईश्वर कोण मी कोण - १४४ ❖❖❖

www.ingramcontent.com/pod-product-compliance
Lightning Source LLC
LaVergne TN
LVHW040151080526
838202LV00042B/3118
* 9 7 8 8 1 8 4 1 5 4 0 4 7 *